Điều Tuyệt Vời Nhất Về Ý

Sách Nấu Ăn Với Hương Vị Đậm Đà Từ Đất Nước La Mã

Giuseppe Manna

MỤC LỤC

Zucchini nhồi thịt cừu nướng 9

Thỏ ty tử rượu trắng 11

thỏ với ô liu 14

Bunny, phong cách Porchetta 16

thỏ với cà chua 18

thỏ hầm chua ngọt 20

thỏ nướng khoai tây 23

atisô ướp 25

Atisô La Mã 27

atisô nướng 29

Atisô, phong cách Do Thái 31

Món hầm rau mùa xuân La Mã 33

Atisô giòn 35

atisô nhồi bông 37

Atisô nhồi kiểu Sicily 39

Măng tây "trong nồi" 42

Măng tây với dầu và giấm 44

Măng tây với bơ chanh 46

Măng tây với các loại nước sốt 48

Măng tây sốt bạch hoa và trứng 50

Măng tây với Parmesan và bơ...52

Gói măng tây và giăm bông 54

Măng tây nướng..56

Măng tây ở Zabaglione 58

Măng tây với Taleggio và hạt thông 60

măng tây timbale..62

đậu phong cách đồng quê 64

đậu tuscan 66

xà lách đậu...69

đậu và bắp cải 71

Đậu sốt cà chua và cây xô thơm 73

đậu xanh hầm..75

Đậu tằm rau đắng...77

Đậu fava tươi, kiểu La Mã..79

Đậu fava tươi kiểu Umbria 81

Bông cải xanh với dầu ô liu và chanh 83

Bông cải xanh kiểu Parma..85

Đuôi bông cải xanh với tỏi và hạt tiêu..87

bông cải xanh với giăm bông...89

Bánh mì cắn với Rabe bông cải xanh..91

Đuôi bông cải xanh với thịt xông khói và cà chua 93

bánh rau nhỏ...95

súp lơ chiên 97

Súp lơ nghiền 100

Súp lơ nướng 102

súp lơ chết đuối 104

Súp lơ với mùi tây và hành tây 106

Rang Brussels sprouts 108

Cải Brussels với Pancetta 110

bắp cải vàng với tỏi 112

Bắp cải xắt nhỏ với nụ bạch hoa và ô liu 114

Bắp cải với thịt xông khói 116

cây kế chiên 118

Cây kế với Parmigiano-Reggiano 120

cây kế kem 122

Cà rốt và củ cải với Marsala 124

Cà rốt nướng với tỏi và ô liu 126

kem cà rốt 127

cà rốt chua ngọt 129

Cà tím ướp tỏi và bạc hà 131

Cà tím nướng sốt cà tươi 133

"Sandwich" cà tím và Mozzarella 135

Cà tím với tỏi và các loại thảo mộc 137

Que cà tím Neapolitan với cà chua 139

Cà tím nhồi giăm bông và phô mai 141

Cà tím nhồi cá cơm, bạch hoa và ô liu 144

Cà tím với giấm và các loại thảo mộc 147

Cà tím cốt lết chiên 149

Cà tím sốt cà cay 151

cà tím Parmesan 153

thì là nướng 155

Thì là với phô mai Parmesan 157

Thì là sốt cá cơm 159

Đậu xanh với mùi tây và tỏi 161

Đậu xanh với hạt dẻ 163

Đậu xanh sốt xanh 165

Bean Salad xanh 166

Đậu xanh sốt cà chua húng quế 168

Đậu xanh thịt xông khói và hành tây 170

Đậu xanh sốt cà thịt xông khói 172

Đậu xanh với Parmesan 174

Đậu sáp với ô liu 176

rau mồng tơi với chanh 178

Rau bina hoặc các loại rau khác với bơ và tỏi 180

Rau bina với nho khô và hạt thông 182

Cải bó xôi với cá cơm, kiểu Piemonte 184

dai sức với tỏi 186

bồ công anh với khoai tây 188

Nấm với tỏi và mùi tây 190

Nấm kiểu Genoa 192

nấm nướng 194

kem nấm 196

nấm nhồi kem 198

Nấm với cà chua và rau thơm 200

Nấm ở Marsala 202

nấm nướng 204

nấm khô 206

Gratin nấm 208

Nấm Sò Xúc Xích 210

bánh ngọt bánh mặn 212

Bánh rau bina và bánh ricotta 215

bánh tỏi tây 217

Sandwich Mozzarella, Húng Quế và Hạt Tiêu Nướng 219

Zucchini nhồi thịt cừu nướng

Bí đỏ chín

Mang lại 6 phần ăn

Một cái đùi cừu đủ cho cả đám đông ăn, nhưng sau bữa tối ít ỏi, tôi thường còn thừa. Đó là lúc tôi làm món bí xanh nhồi bông thơm ngon này. Các loại thịt nấu chín khác hoặc thậm chí thịt gia cầm có thể được thay thế.

Bánh mì Ý 2 đến 3 lát (dày 1/2 inch)

1 1/4 cốc sữa

1 pound thịt cừu nấu chín

2 quả trứng lớn

2 muỗng canh mùi tây tươi xắt nhỏ

2 tép tỏi thái nhỏ

1/2 cốc Pecorino Romano hoặc Parmigiano-Reggiano mới xay

Muối và hạt tiêu đen mới xay

6 quả bí vừa rửa sạch và cắt tỉa

2 chén nước sốt cà chua, chẳng hạn như sốt marinara

1. Đặt một cái giá ở giữa lò. Làm nóng lò ở nhiệt độ 425 ° F. Bôi mỡ vào đĩa nướng 13 × 9 × 2 inch.

hai. Loại bỏ lớp vỏ khỏi bánh mì và cắt bánh mì thành từng miếng. (Bạn nên có khoảng 1 cốc.) Đặt các miếng vào một cái bát vừa, đổ sữa vào và để chúng ngấm.

3. Trong một bộ xử lý thực phẩm, cắt thịt rất mịn. Chuyển đến một bát lớn. Thêm trứng, rau mùi tây, tỏi, bánh mì ngâm, 1/4 chén pho mát, muối và hạt tiêu cho vừa ăn. Trộn đều.

Bốn. Cắt zucchini làm đôi theo chiều dọc. Loại bỏ các hạt giống. Nhồi zucchinis với hỗn hợp thịt. Sắp xếp zucchini cạnh nhau trong món nướng. Đổ nước sốt và rắc phô mai còn lại.

5. Nướng trong 35 đến 40 phút hoặc cho đến khi nhồi chín và bí xanh mềm. Phục vụ nóng hoặc ở nhiệt độ phòng.

Thỏ ty tử rượu trắng

Rượu vang trắng Coniglio

Mang lại 4 phần ăn

Đây là một công thức cơ bản của thỏ Ligurian có thể được thay đổi bằng cách thêm ô liu đen hoặc xanh hoặc các loại thảo mộc khác. Các đầu bếp ở vùng này chế biến thỏ theo nhiều cách khác nhau, bao gồm cả với hạt thông, nấm hoặc atisô.

1 con thỏ (21/2 đến 3 pounds), cắt thành 8 miếng

Muối và hạt tiêu đen mới xay

3 thìa dầu ô liu

1 củ hành tây nhỏ thái nhỏ

1 1/2 chén cà rốt thái nhỏ

1 1/2 chén cần tây thái nhỏ

1 muỗng canh lá hương thảo tươi xắt nhỏ

1 muỗng cà phê húng tây tươi băm nhỏ

1 lá nguyệt quế

1 1/2 chén rượu trắng khô

1 chén nước luộc gà

1. Rửa miếng thịt thỏ và lau khô bằng khăn giấy. Rắc muối và hạt tiêu.

hai. Trong một cái chảo lớn, đun nóng dầu trên lửa vừa. Cho thỏ vào và rán vàng đều các mặt, khoảng 15 phút.

3. Rải hành tây, cà rốt, cần tây và rau thơm xung quanh miếng thịt thỏ và nấu cho đến khi hành tây mềm, khoảng 5 phút.

Bốn. Thêm rượu và đun sôi. Nấu cho đến khi hầu hết chất lỏng bay hơi, khoảng 2 phút. Thêm nước dùng và đun nhỏ lửa. Giảm nhiệt đến mức tối thiểu. Đậy nắp chảo và nấu, thỉnh thoảng dùng kẹp lật thịt thỏ cho đến khi mềm khi dùng nĩa đâm vào, khoảng 30 phút.

5. Chuyển thỏ vào đĩa. Che và giữ ấm. Tăng nhiệt và đun sôi các thành phần trong chảo cho đến khi giảm và đặc lại, khoảng 2 phút. Bỏ lá nguyệt quế.

6. Đổ những thứ trong chảo lên thỏ và phục vụ ngay lập tức.

thỏ với ô liu

Coniglio alla Stimperata

Mang lại 4 phần ăn

Hạt tiêu đỏ, ô liu xanh và nụ bạch hoa tạo hương vị cho món thỏ kiểu Sicily này. Thuật ngữ alla stimperata được áp dụng cho một số công thức nấu ăn của người Sicilia, mặc dù ý nghĩa của nó không rõ ràng. Nó có thể đến từ stemperare, có nghĩa là "hòa tan, pha loãng hoặc trộn" và ám chỉ việc thêm nước vào nồi trong khi thỏ đang nấu.

1 con thỏ (21/2 đến 3 pounds), cắt thành 8 miếng

11/4 chén dầu ô liu

3 tép tỏi băm nhỏ

1 chén ô liu xanh rỗ, rửa sạch và để ráo nước

2 quả ớt chuông đỏ, cắt thành dải mỏng

1 muỗng canh nụ bạch hoa, rửa sạch

một nhúm oregano

Muối và hạt tiêu đen mới xay

2 muỗng canh giấm rượu trắng

1 1/2 cốc nước

1. Rửa miếng thịt thỏ và lau khô bằng khăn giấy.

hai. Trong một cái chảo lớn, đun nóng dầu trên lửa vừa. Cho thỏ vào và rán vàng đều các mặt, khoảng 15 phút. Chuyển các miếng thỏ ra đĩa.

3. Thêm tỏi vào chảo và nấu trong 1 phút. Thêm ô liu, ớt chuông, nụ bạch hoa và oregano. Nấu, khuấy 2 phút.

Bốn. Cho thỏ trở lại chậu. Nêm muối và hạt tiêu cho vừa ăn. Thêm giấm và nước và đun sôi. Giảm nhiệt đến mức tối thiểu. Đậy nắp và nấu, thỉnh thoảng trở thỏ, cho đến khi mềm khi dùng nĩa đâm vào, khoảng 30 phút. Thêm một ít nước nếu chất lỏng bay hơi. Cho ra đĩa và dùng nóng.

Bunny, phong cách Porchetta

Coniglio ở Porchetta

Mang lại 4 phần ăn

Sự kết hợp của các loại gia vị được sử dụng để làm món thịt lợn kho ngon đến nỗi các đầu bếp đã điều chỉnh nó cho các loại thịt khác dễ nấu hơn. Thì là hoang dã được sử dụng ở vùng Marches, nhưng hạt thì là khô có thể được thay thế.

1 con thỏ (2 1/2 đến 3 pounds), cắt thành 8 miếng

Muối và hạt tiêu đen mới xay

2 thìa dầu ô liu

2 ounce pancetta

3 tép tỏi băm nhỏ

2 muỗng canh hương thảo tươi băm nhỏ

1 muỗng canh hạt thì là

2 hoặc 3 lá xô thơm

1 lá nguyệt quế

1 chén rượu trắng khô

1 1/2 cốc nước

1. Rửa miếng thịt thỏ và lau khô bằng khăn giấy. Rắc muối và hạt tiêu.

hai. Trong một cái chảo đủ lớn để chứa các miếng thịt thỏ trong một lớp duy nhất, đun nóng dầu trên lửa vừa. Sắp xếp các miếng trên tấm nướng. Trải thịt xông khói ở khắp mọi nơi. Nấu cho đến khi thỏ chín vàng một mặt, khoảng 8 phút.

3. Lật thỏ lại và rắc tỏi, hương thảo, thì là, cây xô thơm và lá nguyệt quế lên tất cả các mặt. Khi thịt thỏ chín vàng mặt thứ hai sau khoảng 7 phút, thêm rượu vào và khuấy đều, cạo đáy chảo. Đun sôi rượu trong 1 phút.

Bốn. Nấu không đậy nắp, thỉnh thoảng trở thịt cho đến khi thỏ rất mềm và rút ra khỏi xương, khoảng 30 phút. (Thêm một chút nước nếu chảo quá khô.)

5. Bỏ lá nguyệt quế. Cho thỏ ra đĩa, dùng nóng với nước chan.

thỏ với cà chua

Coniglio alla Ciociara

Mang lại 4 phần ăn

Ở vùng Ciociara, ngoại ô Rome, nơi nổi tiếng với những món ăn ngon, thỏ được nấu trong nước sốt cà chua và rượu vang trắng.

1 con thỏ (2 1/2 đến 3 pounds), cắt thành 8 miếng

2 thìa dầu ô liu

2 ounces pancetta, thái lát dày và xắt nhỏ

2 muỗng canh mùi tây tươi xắt nhỏ

1 tép tỏi đập dập nhẹ

Muối và hạt tiêu đen mới xay

1 chén rượu trắng khô

2 chén cà chua mận, bóc vỏ, bỏ hạt và thái nhỏ

1. Rửa sạch miếng thịt thỏ và lau khô bằng khăn giấy. Đun nóng dầu trong chảo lớn trên lửa vừa. Đặt thỏ vào chảo, sau đó thêm pancetta, rau mùi tây và tỏi. Nấu cho đến khi thịt thỏ chín vàng đều các mặt, khoảng 15 phút. Rắc muối và hạt tiêu.

hai. Lấy tỏi ra khỏi chảo và loại bỏ. Thêm rượu và đun sôi trong 1 phút.

3. Giảm nhiệt đến mức tối thiểu. Thêm cà chua và nấu cho đến khi thịt thỏ mềm và rơi ra khỏi xương, khoảng 30 phút.

Bốn. Cho thỏ ra đĩa, dùng nóng với nước sốt.

thỏ hầm chua ngọt

Coniglio ở Agrodolce

Mang lại 4 phần ăn

Người Sicilia được biết đến với sự tinh tế của họ, một di sản của sự thống trị của người Moorish trên hòn đảo kéo dài ít nhất hai trăm năm. Nho khô, đường và giấm tạo cho món thỏ này vị chua ngọt nhẹ.

1 con thỏ (2 1/2 đến 3 pounds), cắt thành 8 miếng

2 thìa dầu ô liu

2 lạng bánh pancetta thái lát dày, xắt nhỏ

1 củ hành vừa, thái nhỏ

Muối và hạt tiêu đen mới xay

1 chén rượu trắng khô

2 cây đinh hương

1 lá nguyệt quế

1 chén nước dùng thịt bò hoặc gà

1 thìa đường

1 1/4 chén giấm rượu trắng

2 thìa nho khô

2 thìa hạt thông

2 muỗng canh mùi tây tươi xắt nhỏ

1. Rửa sạch miếng thịt thỏ và lau khô bằng khăn giấy. Trong một cái chảo lớn, đun nóng dầu và pancetta trên lửa vừa trong 5 phút. Thêm thỏ và nấu ở một bên cho đến khi chín vàng, khoảng 8 phút. Dùng kẹp lật miếng thỏ lại và phết hành tây lên các mặt. Rắc muối và hạt tiêu.

hai. Thêm rượu, đinh hương và lá nguyệt quế. Đun sôi chất lỏng và nấu cho đến khi phần lớn rượu đã bay hơi, khoảng 2 phút. Thêm nước dùng và đậy nắp chảo. Giảm nhiệt xuống thấp và đun nhỏ lửa cho đến khi thỏ mềm, 30 đến 45 phút.

3. Chuyển các miếng thỏ ra đĩa. (Nếu có quá nhiều chất lỏng, đun sôi trên lửa lớn cho đến khi cạn bớt.) Thêm đường, giấm, nho khô và hạt thông. Khuấy cho đến khi đường tan, khoảng 1 phút.

Bốn. Cho thỏ trở lại chảo và nấu, lật các miếng trong nước sốt, cho đến khi chúng được tráng đều, khoảng 5 phút. Thêm rau mùi tây và dùng nóng với nước ép chảo.

thỏ nướng khoai tây

Coniglio Arrosto

Mang lại 4 phần ăn

Tại nhà hàng Dora Marzovilla của bạn tôi, bữa tối Chủ nhật hoặc bữa ăn đặc biệt thường bắt đầu với nhiều loại rau xào mềm, giòn, như tim atisô hoặc măng tây, sau đó là bát orecchiette tự làm hoặc cavatelli hấp với ragout tự làm thơm ngon với thịt viên nhỏ. Dora, người đến từ Rutigliano ở Puglia, là một đầu bếp tuyệt vời, và món thỏ mà cô ấy phục vụ như một món ăn chính, là một trong những món đặc sản của cô ấy.

1 con thỏ (2 1/2 đến 3 pounds), cắt thành 8 miếng

1 1/4 chén dầu ô liu

1 củ hành vừa, thái nhỏ

2 muỗng canh mùi tây tươi xắt nhỏ

1/2 chén khô với rượu vang

Muối và hạt tiêu đen mới xay

4 củ khoai tây đa năng vừa, gọt vỏ và cắt thành lát 1 inch

1 1/2 cốc nước

1 1/2 muỗng cà phê oregano

1. Rửa miếng thịt thỏ và lau khô bằng khăn giấy. Trong một cái chảo lớn, đun nóng hai muỗng canh dầu trên lửa vừa. Thêm thỏ, hành tây và rau mùi tây. Nấu, thỉnh thoảng lật miếng, cho đến khi có màu nâu nhạt, khoảng 15 phút. Thêm rượu và nấu thêm 5 phút nữa. Rắc muối và hạt tiêu.

hai. Đặt một cái giá ở giữa lò. Làm nóng lò ở nhiệt độ 425°F. Bôi mỡ lên khay nướng đủ rộng để chứa tất cả các nguyên liệu trong một lớp.

3. Trải khoai tây trong chảo và quăng chúng với 2 muỗng canh dầu còn lại. Thêm nội dung của chảo vào chảo, gấp các miếng thịt thỏ xung quanh khoai tây. Thêm nước. Rắc oregano và muối và hạt tiêu. Bọc tấm nướng bằng giấy nhôm. Nướng 30 phút. Mở nắp và nấu thêm 20 phút nữa hoặc cho đến khi khoai tây mềm.

Bốn. Chuyển sang đĩa phục vụ. Phục vụ nóng.

atisô ướp

Carciofi Marinati

Mang lại 6 đến 8 phần ăn

Những bông atisô này rất tuyệt vời trong món salad, với thịt nguội hoặc là một phần của nhiều loại antipasti. Atisô sẽ giữ được ít nhất hai tuần trong tủ lạnh.

Nếu bạn không có atisô bé, hãy thay thế bằng atisô cỡ trung bình, cắt thành tám miếng.

1 chén giấm rượu trắng

2 cốc nước

1 lá nguyệt quế

1 tép tỏi

8 đến 12 bông atiso non, cắt tỉa và làm tư (xemĐể chuẩn bị toàn bộ atisô)

một nhúm ớt đỏ nghiền

muối

dầu ôliu siêu nguyên chất

1.Trong một cái nồi lớn, kết hợp giấm, nước, lá nguyệt quế và tỏi. Đun sôi chất lỏng.

hai. Thêm atisô, ớt đỏ nghiền và muối cho vừa ăn. Nấu cho đến khi mềm khi đâm bằng dao, từ 7 đến 10 phút. Loại bỏ khỏi lửa. Đổ lượng chứa trong chảo qua lưới lọc mịn vào một cái bát. Dự trữ chất lỏng.

3.Đóng gói atisô trong lọ thủy tinh tiệt trùng. Đổ chất lỏng nấu ăn để che. Để nguội hoàn toàn. Che và làm lạnh ít nhất 24 giờ hoặc tối đa 2 tuần.

Bốn.Để phục vụ, để ráo atisô và rưới dầu ô liu lên.

Atisô La Mã

Carciofi alla Romana

Mang lại 8 phần ăn

Các trang trại nhỏ trên khắp Rome sản xuất rất nhiều atisô tươi trong mùa xuân và mùa thu. Những chiếc xe tải nhỏ đưa chúng đến các chợ góc phố, nơi chúng được bán trực tiếp từ phía sau xe tải. Atisô có thân dài và lá vẫn còn dính, vì thân cây khi đã bóc vỏ ăn rất tốt. Người La Mã nấu atisô hướng lên trên. Trông chúng rất hấp dẫn khi bày lên đĩa.

2 tép tỏi lớn, băm nhỏ

2 muỗng canh mùi tây tươi xắt nhỏ

1 thìa bạc hà tươi băm nhỏ hoặc 1/2 thìa cà phê kinh giới khô

Muối và hạt tiêu đen mới xay

1 1/4 chén dầu ô liu

8 atisô trung bình, chuẩn bị để nhồi (xem Để chuẩn bị toàn bộ atisô)

1 1/2 chén rượu trắng khô

1. Trong một bát nhỏ, kết hợp tỏi, rau mùi tây và bạc hà hoặc kinh giới. Thêm muối và hạt tiêu cho vừa ăn. Thêm 1 thìa dầu ăn.

hai. Nhẹ nhàng trải lá atisô ra và đẩy một ít hỗn hợp tỏi vào giữa. Bóp nhẹ bông atisô để giữ nhân, đặt úp chúng vào chậu đủ lớn để giữ chúng thẳng đứng. Đổ rượu xâm xấp bông atisô. Thêm nước đến độ sâu 3/4 inch. Làm ướt atisô với dầu còn lại.

3. Đậy nắp chảo và đun sôi chất lỏng trên lửa vừa. Nấu trong 45 phút hoặc cho đến khi atisô mềm khi dùng dao đâm thủng. Phục vụ nóng hoặc ở nhiệt độ phòng.

atisô nướng

Carciofi Stufati

Mang lại 8 phần ăn

Atisô là thành viên của họ cây kế và mọc trên những cây ngắn, rậm rạp. Chúng được tìm thấy hoang dã ở nhiều nơi ở miền nam nước Ý và nhiều người trồng chúng trong vườn nhà. Atisô thực sự là một bông hoa chưa mở. Những bông atisô rất lớn mọc ở đầu bụi, trong khi những bông nhỏ hơn mọc ở gần gốc. Atisô nhỏ, thường được gọi là atisô con, rất lý tưởng để áp chảo. Chuẩn bị chúng để nấu ăn như bạn làm với atisô lớn hơn. Kết cấu và hương vị bơ của nó đặc biệt tốt với cá.

1 củ hành tây nhỏ thái nhỏ

1 1/4 chén dầu ô liu

1 tép tỏi băm nhỏ

2 muỗng canh mùi tây tươi xắt nhỏ

bé 2kg atisô, tỉa và làm tư

1 1/2 cốc nước

Muối và hạt tiêu đen mới xay

1.Trong một cái nồi lớn, xào hành tây trong dầu trên lửa vừa cho đến khi mềm, khoảng 10 phút. Thêm tỏi và mùi tây.

hai.Đặt atisô vào chảo và khuấy đều. Thêm nước và muối và hạt tiêu cho vừa ăn. Đậy nắp và nấu cho đến khi atisô mềm khi dùng dao đâm vào, khoảng 15 phút. Thưởng thức khi còn nóng hoặc ở nhiệt độ phòng.

biến thể:Ở Bước 2, thêm 3 củ khoai tây vừa, gọt vỏ và thái hạt lựu cỡ 1 inch, cùng với hành tây.

Atisô, phong cách Do Thái

Carciofi alla Giudia

Mang lại 4 phần ăn

Người Do Thái lần đầu tiên đến Rome vào thế kỷ thứ nhất trước Công nguyên. Họ định cư gần sông Tiber và năm 1556 bị Giáo hoàng Paul IV giam giữ trong một khu ổ chuột có tường bao quanh. Nhiều người nghèo, sống sót nhờ vào bất kỳ loại thực phẩm đơn giản, rẻ tiền nào có sẵn, chẳng hạn như cá tuyết, bí xanh và atisô. Khi những bức tường của khu ổ chuột sụp đổ vào giữa thế kỷ 19, người Do Thái ở Rome đã phát triển phong cách nấu ăn của riêng họ, phong cách này sau đó đã được những người La Mã khác ưa chuộng. Ngày nay, các món ăn của người Do Thái như hoa bí ngòi nhồi chiên, gnocchi bột báng, và những atisô này được coi là tác phẩm kinh điển của La Mã.

Khu Do Thái ở Rome vẫn tồn tại và có một số nhà hàng ngon, nơi bạn có thể nếm thử phong cách ẩm thực này. Tại Piperno và Da Giggetto, hai món ăn yêu thích của trattoria, những bông atisô chiên này được phục vụ nóng với nhiều muối. Lá *giòn như khoai tây chiên. Atisô bắn tung tóe khi nấu, vì vậy hãy tránh xa bếp và bảo vệ bàn tay của bạn.*

4 vừaatisô, chuẩn bị như để nhồi

Dầu ô liu

muối

1.Làm khô atisô. Đặt mặt dưới của atisô lên trên một mặt phẳng. Dùng lòng bàn tay ấn bông atisô để làm phẳng và mở lá. Lặp lại với atisô còn lại. Lật chúng lại để các đầu lá hướng lên trên.

hai. Trong chảo lớn, sâu hoặc nồi rộng, nặng, đun nóng khoảng 2 inch dầu trên lửa vừa cho đến khi lá atisô trượt vào dầu và chuyển sang màu nâu nhanh chóng. Bảo vệ bàn tay của bạn bằng găng tay lò nướng, vì dầu có thể bắn tung tóe nếu atisô bị ướt. Thêm atisô với các đầu lá úp xuống. Nấu, ấn atisô vào dầu bằng thìa có rãnh cho đến khi vàng một mặt, khoảng 10 phút. Sử dụng kẹp, cẩn thận lật atisô và nấu cho đến khi vàng nâu, khoảng 10 phút nữa.

3.Xả trên khăn giấy. Rắc muối và dùng ngay.

Món hầm rau mùa xuân La Mã

Vignarola

Mang lại 4 đến 6 phần ăn

Người Ý rất thích nghi với các mùa, và sự xuất hiện của những bông atisô đầu tiên của mùa xuân cho thấy mùa đông đã qua và thời tiết ấm áp sẽ sớm quay trở lại. Để ăn mừng, người La Mã ăn bát canh rau tươi mùa xuân này với món chính là atisô.

4 ounces pancetta thái lát, xắt nhỏ

1 1/4 chén dầu ô liu

1 củ hành tây xắt nhỏ

4 vừaatisô, tỉa và làm tư

1 pound đậu fava tươi, đã bóc vỏ hoặc thay cho 1 chén đậu fava hoặc đậu fava đông lạnh

1/2 cốc Canh gà

Muối và hạt tiêu đen mới xay

1 pound đậu Hà Lan tươi, đã bóc vỏ (khoảng 1 chén)

2 muỗng canh mùi tây tươi xắt nhỏ

1.Trong một chảo lớn, chiên pancetta trong dầu ô liu trên lửa vừa. Khuấy thường xuyên cho đến khi pancetta bắt đầu chuyển sang màu nâu, 5 phút. Thêm hành tây và nấu cho đến khi vàng nâu, khoảng 10 phút nữa.

hai. Thêm atisô, đậu fava, nước dùng và muối và hạt tiêu cho vừa ăn. Hạ lửa. Đậy nắp và nấu trong 10 phút hoặc cho đến khi atisô gần như mềm khi dùng dao đâm thủng. Thêm đậu Hà Lan và rau mùi tây và nấu thêm 5 phút nữa. Phục vụ nóng hoặc ở nhiệt độ phòng.

Atisô giòn

Carciofini Fritti

Mang lại 6 đến 8 phần ăn

Tại Hoa Kỳ, atisô được trồng chủ yếu ở California, nơi chúng được trồng lần đầu tiên vào đầu thế kỷ 20 bởi những người nhập cư Ý. Các giống khác với các giống ở Ý và thường rất chín khi hái, đôi khi khiến chúng trở nên cứng và hóa gỗ. Trái tim atisô đông lạnh có thể thực sự tốt và tiết kiệm rất nhiều thời gian. Đôi khi tôi sử dụng chúng cho công thức này. Atisô xào tim rất ngon với sườn cừu hoặc dùng làm món khai vị.

12 con giápatisô, cắt và làm tư, hoặc 2 (10 ounce) gói tim atisô đông lạnh, nấu chín nhẹ theo hướng dẫn trên bao bì

3 quả trứng lớn, bị đánh đập

muối

2 chén vụn bánh mì khô

Dầu chiên

chanh lát

1. Atisô khô tươi hoặc nấu chín. Trong một bát nông vừa, đánh trứng với muối cho vừa ăn. Trải vụn bánh mì lên một tờ giấy da.

hai. Đặt một giá làm mát trên một tấm nướng. Nhúng atisô vào hỗn hợp trứng, sau đó lăn chúng qua vụn bánh mì. Đặt atisô lên giá để khô ít nhất 15 phút trước khi nấu.

3. Lót một tấm nướng bằng khăn giấy. Đổ dầu đến độ sâu 1 inch trong chảo nặng lớn. Đun nóng dầu cho đến khi một giọt hỗn hợp trứng sôi lăn tăn. Thêm đủ atisô để vừa vặn trong chảo mà không bị chật. Nấu, dùng kẹp lật miếng cho đến khi chín vàng, khoảng 4 phút. Để ráo nước trên khăn giấy và giữ ấm trong khi bạn chiên những bông atisô còn lại, theo mẻ nếu cần.

Bốn. Rắc muối và dùng nóng với lát chanh.

atisô nhồi bông

Carciofi Ripieni

Mang lại 8 phần ăn

Đây là cách mẹ tôi luôn làm atisô: đó là cách chế biến cổ điển trên khắp miền nam nước Ý. Có đủ nguyên liệu để thêm gia vị cho atisô và làm nổi bật hương vị của chúng. Nhồi quá nhiều sẽ khiến atisô bị nhão và nặng, vì vậy đừng tăng lượng vụn bánh mì và luôn sử dụng vụn bánh mì chất lượng tốt. Atisô có thể được chuẩn bị trước và phục vụ ở nhiệt độ phòng hoặc ăn nóng và tươi.

8 trung bìnhatisô, chuẩn bị nhồi

3/4 chén vụn bánh mì khô

1 1/4 chén mùi tây tươi xắt nhỏ

1/4 cốc Pecorino Romano hoặc Parmigiano-Reggiano mới xay

1 tép tỏi băm nhỏ

Muối và hạt tiêu đen mới xay

Dầu ô liu

1. Sử dụng một con dao đầu bếp lớn, thái nhỏ thân cây atisô. Cho phần chân giò vào một bát lớn cùng với vụn bánh mì, rau mùi tây, pho mát, tỏi, muối và hạt tiêu cho vừa ăn. Thêm một ít dầu và khuấy đều để làm ẩm đều các mảnh vụn. Nếm và điều chỉnh gia vị.

hai. Nhẹ nhàng tách các tờ ra. Nhồi nhẹ hỗn hợp vụn bánh mì vào giữa bông atisô, đồng thời thêm một ít nhân vào giữa các lá. Không đóng gói nhồi.

3. Đặt atisô vào chảo đủ rộng để giữ chúng thẳng đứng. Thêm nước đến độ sâu 3/4 inch xung quanh bông atisô. Rưới atisô với 3 muỗng canh dầu ô liu.

Bốn. Đậy chảo và đặt trên lửa vừa. Khi nước sôi, giảm lửa nhỏ. Nấu trong khoảng 40 đến 50 phút (tùy thuộc vào kích thước của atisô) hoặc cho đến khi phần dưới của atisô mềm khi dùng dao đâm thủng và một chiếc lá dễ dàng bong ra. Thêm nước ấm nếu cần thiết để tránh bị bỏng. Thưởng thức khi còn nóng hoặc ở nhiệt độ phòng.

Atisô nhồi kiểu Sicily

Carciofi alla Siciliana

Mang lại 4 phần ăn

Khí hậu nóng và khô của Sicily là nơi hoàn hảo để trồng atisô. Cây có lá màu bạc răng cưa khá đẹp và được nhiều người sử dụng làm cây bụi trang trí trong vườn rau của mình. Vào cuối mùa, những bông atisô còn lại trên cây tách ra, để lộ ra những bông atisô trưởng thành hoàn toàn ở trung tâm, có màu tím và rậm rạp.

Đây là cách nhồi atisô của người Sicilia, phức tạp hơn atisô nhồi bông đơn thuốc. Dùng như món đầu tiên trước khi nướng cá hoặc đùi cừu.

4 vừa atisô, chuẩn bị nhồi

1 1/2 chén vụn bánh mì

4 phi lê cá cơm xắt nhỏ

2 muỗng canh nụ bạch hoa xắt nhỏ

2 muỗng canh hạt thông nướng

2 muỗng canh nho khô vàng

2 muỗng canh mùi tây tươi xắt nhỏ

1 tép tỏi lớn, băm nhỏ

Muối và hạt tiêu đen mới xay

4 thìa dầu ô liu

1 1/2 chén rượu trắng khô

Nước

1. Trong một bát vừa, kết hợp vụn bánh mì, cá cơm, nụ bạch hoa, hạt thông, nho khô, rau mùi tây, tỏi, muối và hạt tiêu cho vừa ăn. Thêm hai thìa dầu.

hai. Nhẹ nhàng tách các tờ ra. Nhồi bông atisô lỏng lẻo với hỗn hợp vụn bánh mì, đồng thời thêm một ít nhân vào giữa các lá. Không đóng gói nhồi.

3. Đặt atisô vào một cái chậu đủ lớn để giữ chúng thẳng đứng. Thêm nước đến độ sâu 3/4 inch xung quanh bông atisô.

Mưa phùn với 2 muỗng canh dầu ô liu còn lại. Đổ rượu xâm xấp bông atisô.

Bốn. Đậy chảo và đặt trên lửa vừa. Khi nước sôi, giảm lửa nhỏ. Nấu trong 40 đến 50 phút (tùy thuộc vào kích thước của atisô) hoặc cho đến khi phần dưới của atisô mềm khi dùng dao đâm thủng và một chiếc lá dễ dàng bong ra. Thêm nước ấm nếu cần thiết để tránh bị bỏng. Thưởng thức khi còn nóng hoặc ở nhiệt độ phòng.

Măng tây "trong nồi"

Măng tây ở Padella

Mang lại 4 đến 6 phần ăn

Những măng tây này rất nhanh để áp chảo. Thêm tỏi băm nhỏ hoặc các loại thảo mộc tươi nếu muốn.

3 thìa dầu ô liu

1 pound măng tây

Muối và hạt tiêu đen mới xay

2 muỗng canh mùi tây tươi xắt nhỏ

1. Cắt mặt dưới của măng tây nơi thân cây chuyển từ màu trắng sang màu xanh lá cây. Cắt măng tây thành miếng 2 inch.

hai. Trong một cái chảo lớn, đun nóng dầu trên lửa vừa. Thêm măng tây và muối và hạt tiêu cho vừa ăn. Nấu trong 5 phút, khuấy liên tục hoặc cho đến khi măng tây có màu nâu nhạt.

3.Đậy nắp chảo và nấu thêm 2 phút nữa hoặc cho đến khi măng tây mềm. Thêm mùi tây và phục vụ ngay lập tức.

Măng tây với dầu và giấm

Insalata di măng tây

Mang lại 4 đến 6 phần ăn

Ngay khi những ngọn giáo đầu tiên được trồng tại địa phương xuất hiện vào mùa xuân, tôi đã chuẩn bị chúng theo cách này và với số lượng lớn để thỏa mãn cơn thèm đã phát triển trong suốt mùa đông dài. Cho măng tây vào nước sốt nóng để thấm gia vị.

1 pound măng tây

muối

1 1/4 chén dầu ô liu nguyên chất

1 đến 2 muỗng canh giấm rượu vang đỏ

hạt tiêu vừa mới nghiền

1. Cắt mặt dưới của măng tây nơi thân cây chuyển từ màu trắng sang màu xanh lá cây. Đun sôi khoảng 2 inch nước trong chảo lớn. Thêm măng tây và muối cho vừa ăn. Nấu

cho đến khi măng tây hơi uốn cong khi nhấc khỏi đầu cuống, từ 4 đến 8 phút. Thời gian nấu sẽ phụ thuộc vào độ dày của măng tây. Loại bỏ măng tây bằng nhíp. Xả trên khăn giấy và lau khô.

hai. Trong một cái đĩa lớn, nông, trộn dầu, giấm, một chút muối và một lượng tiêu lớn. Đánh bằng nĩa cho đến khi hòa quyện. Thêm măng tây và đảo nhẹ cho đến khi phủ kín. Thưởng thức khi còn nóng hoặc ở nhiệt độ phòng.

Măng tây với bơ chanh

Asparagi al Lừa

Mang lại 4 đến 6 phần ăn

Măng tây nấu theo cách cơ bản này phù hợp với hầu hết mọi thứ từ trứng, cá đến thịt. Thêm hẹ tươi xắt nhỏ, rau mùi tây hoặc húng quế vào bơ để tạo sự đa dạng.

1 pound măng tây

muối

2 muỗng canh bơ không ướp muối, tan chảy

1 muỗng canh nước cốt chanh tươi

hạt tiêu vừa mới nghiền

1. Cắt mặt dưới của măng tây nơi thân cây chuyển từ màu trắng sang màu xanh lá cây. Đun sôi khoảng 2 inch nước trong chảo lớn. Thêm măng tây và muối cho vừa ăn. Nấu cho đến khi măng tây hơi uốn cong khi nhấc khỏi đầu cuống, từ 4 đến 8 phút. Thời gian nấu sẽ phụ thuộc vào độ

dày của măng tây. Loại bỏ măng tây bằng nhíp. Xả chúng trên khăn giấy và lau khô.

hai.Làm sạch chảo. Thêm bơ và nấu trên lửa vừa cho đến khi tan chảy, khoảng 1 phút. Thêm nước cốt chanh. Cho măng tây trở lại chảo. Rắc hạt tiêu và nhẹ nhàng lật để phủ nước sốt. Phục vụ ngay lập tức.

Măng tây với các loại nước sốt

Mang lại 4 đến 6 phần ăn

Măng tây nấu chín được phục vụ tuyệt vời ở nhiệt độ phòng với các loại nước sốt khác nhau. Chúng rất lý tưởng cho bữa tiệc tối vì chúng có thể được chuẩn bị trước. Măng tây dày hay mỏng không quan trọng, nhưng hãy cố gắng lấy măng tây có kích thước gần bằng nhau để chúng chín đều.

dầu ô liu mayonaise,sốt mayonnaise màu cam, bất kìsốt xanh

1 pound măng tây

muối

1.Chuẩn bị nước sốt hoặc nước sốt nếu cần. Sau đó, cắt phần gốc của măng tây tại điểm thân cây chuyển từ màu trắng sang màu xanh lá cây.

hai.Đun sôi khoảng 2 inch nước trong chảo lớn. Thêm măng tây và muối cho vừa ăn. Nấu cho đến khi măng tây hơi uốn cong khi nhấc khỏi đầu cuống, từ 4 đến 8 phút. Thời gian nấu sẽ phụ thuộc vào độ dày của măng tây.

3. Loại bỏ măng tây bằng nhíp. Xả chúng trên khăn giấy và lau khô. Phục vụ măng tây ở nhiệt độ phòng với một hoặc nhiều loại nước sốt.

Măng tây sốt bạch hoa và trứng

Măng tây với Caperi và Uove

Mang lại 4 đến 6 phần ăn

Ở Trentino-Alto Adige và Veneto, măng tây trắng dày là một nghi thức mùa xuân. Chúng được chiên và luộc, thêm vào món risottos, súp và sa lát. Sốt trứng là một loại gia vị điển hình, như loại này với nước cốt chanh, rau mùi tây và nụ bạch hoa.

1 pound măng tây

muối

1 1/4 chén dầu ô liu

1 muỗng cà phê nước cốt chanh tươi

hạt tiêu mới xay

1 quả trứng luộc, cắt khối

2 muỗng canh mùi tây tươi xắt nhỏ

1 muỗng canh nụ bạch hoa, rửa sạch và để ráo nước

1. Cắt mặt dưới của măng tây nơi thân cây chuyển từ màu trắng sang màu xanh lá cây. Đun sôi khoảng 2 inch nước trong chảo lớn. Thêm măng tây và muối cho vừa ăn. Nấu cho đến khi măng tây hơi uốn cong khi nhấc khỏi đầu cuống, từ 4 đến 8 phút. Thời gian nấu sẽ phụ thuộc vào độ dày của măng tây. Loại bỏ măng tây bằng nhíp. Xả chúng trên khăn giấy và lau khô.

hai. Trong một bát nhỏ, kết hợp dầu, nước cốt chanh và một chút muối và hạt tiêu. Thêm trứng, rau mùi tây và nụ bạch hoa.

3. Đặt măng tây lên đĩa và rưới nước sốt lên. Phục vụ ngay lập tức.

Măng tây với Parmesan và bơ

Măng tây Parmigiana

Mang lại 4 đến 6 phần ăn

Món này đôi khi được gọi là asparagi alla Milanese (măng tây kiểu Milan), mặc dù nó được ăn ở nhiều vùng khác nhau. Nếu bạn có thể tìm thấy măng tây trắng, thì chúng đặc biệt thích hợp cho món ăn này.

1 pound măng tây dày

muối

2 thìa bơ không ướp muối

hạt tiêu vừa mới nghiền

1/2 cốc Parmigiano-Reggiano mới xay

1. Cắt mặt dưới của măng tây nơi thân cây chuyển từ màu trắng sang màu xanh lá cây. Đun sôi khoảng 2 inch nước trong chảo lớn. Thêm măng tây và muối cho vừa ăn. Nấu cho đến khi măng tây hơi uốn cong khi nhấc khỏi đầu

cuống, từ 4 đến 8 phút. Thời gian nấu sẽ phụ thuộc vào độ dày của măng tây. Loại bỏ măng tây bằng nhíp. Xả chúng trên khăn giấy và lau khô.

hai.Đặt một cái giá ở giữa lò. Làm nóng lò nướng ở 450 ° F. Bôi trơn một đĩa nướng lớn bằng bơ.

3.Sắp xếp măng tây cạnh nhau trên khay nướng, chồng lên nhau một chút. Rắc bơ và rắc hạt tiêu và pho mát.

Bốn.Nướng trong 15 phút hoặc cho đến khi phô mai tan chảy và vàng. Phục vụ ngay lập tức.

Gói măng tây và giăm bông

Măng tây Fagottini

Mang lại 4 phần ăn

Để có một món ăn lành mạnh hơn, đôi khi tôi phủ lên mỗi gói một lát Fontina Valle d'Aosta, phô mai mozzarella hoặc một loại phô mai khác tan chảy tốt.

1 pound măng tây

Muối và hạt tiêu mới xay

4 lát thịt nguội Ý nhập khẩu

2 thìa bơ

¼ cốc Parmigiano-Reggiano mới xay

1. Cắt mặt dưới của măng tây nơi thân cây chuyển từ màu trắng sang màu xanh lá cây. Đun sôi khoảng 2 inch nước trong chảo lớn. Thêm măng tây và muối cho vừa ăn. Nấu cho đến khi măng tây hơi uốn cong khi nhấc khỏi đầu cuống, từ 4 đến 8 phút. Thời gian nấu sẽ phụ thuộc vào độ

dày của măng tây. Loại bỏ măng tây bằng nhíp. Xả trên khăn giấy và lau khô.

hai.Đặt một cái giá ở giữa lò. Làm nóng lò nướng ở 350 ° F. Bôi trơn một đĩa nướng lớn bằng bơ.

3.Đun chảy bơ trong một cái chảo lớn. Thêm măng tây và rắc muối và hạt tiêu. Sử dụng hai thìa, cẩn thận xoay măng tây trong bơ để phủ đều.

Bốn. Chia măng tây thành 4 nhóm. Đặt mỗi nhóm vào giữa một lát giăm bông serrano. Bọc măng tây bằng các đầu của giăm bông serrano. Đặt các gói trên tấm nướng. Rắc Parmigiano.

5.Nướng măng tây trong 15 phút hoặc cho đến khi phô mai tan chảy và tạo thành lớp vỏ. Phục vụ nóng.

Măng tây nướng

măng tây trong lò

Mang lại 4 đến 6 phần ăn

Rang măng tây có màu nâu và mang lại vị ngọt tự nhiên. Chúng hoàn hảo để nướng thịt. Bạn có thể lấy thịt đã nấu chín ra khỏi lò và trong khi thịt nghỉ, hãy nấu măng tây. Sử dụng măng tây thô cho công thức này.

1 pound măng tây

1 1/4 chén dầu ô liu

muối

1. Đặt một cái giá ở giữa lò. Làm nóng lò ở nhiệt độ 450°F. Cắt mặt dưới của măng tây tại điểm thân cây chuyển từ màu trắng sang màu xanh lá cây.

hai. Xếp măng tây vào đĩa nướng đủ lớn để xếp măng tây thành một lớp. Rắc dầu ô liu và muối. Lăn măng tây từ bên này sang bên kia để phủ dầu.

3. Nướng trong 8 đến 10 phút hoặc cho đến khi măng tây mềm.

Măng tây ở Zabaglione

Măng tây allo Zabaione

Mang lại 6 phần ăn

Zabaglione là món sữa trứng mịn thường được làm ngọt để tráng miệng. Trong trường hợp này, trứng được đánh với rượu trắng không đường và ăn kèm với măng tây. Điều này tạo nên món đầu tiên trang nhã cho bữa ăn mùa xuân. Gọt vỏ măng tây là tùy chọn, nhưng nó đảm bảo măng tây mềm từ ngọn đến thân.

1 1/2 pound măng tây

2 viên đá quý lớn

1 1/4 chén rượu trắng khô

chút muối

1 thìa bơ không ướp muối

1. Cắt mặt dưới của măng tây nơi thân cây chuyển từ màu trắng sang màu xanh lá cây. Để gọt vỏ măng tây, hãy bắt đầu

từ dưới ngọn và sử dụng dụng cụ gọt vỏ có lưỡi quay, loại bỏ hết lớp vỏ màu xanh đậm cho đến tận đầu thân.

hai. Đun sôi khoảng 2 inch nước trong chảo lớn. Thêm măng tây và muối cho vừa ăn. Nấu cho đến khi măng tây hơi uốn cong khi nhấc khỏi đầu cuống, từ 4 đến 8 phút. Thời gian nấu sẽ phụ thuộc vào độ dày của măng tây. Loại bỏ măng tây bằng nhíp. Xả trên khăn giấy và lau khô.

3. Đun sôi khoảng một inch nước ở nửa dưới của nồi hoặc nồi hơi đôi. Đặt lòng đỏ trứng, rượu và muối lên trên nồi đun đôi hoặc trong hộp chịu nhiệt vừa khít với chảo mà không chạm nước.

Bốn. Đánh hỗn hợp trứng cho đến khi hòa quyện, sau đó đặt nồi hoặc bát trên nước sôi. Đánh bằng máy trộn cầm tay hoặc máy đánh trứng cho đến khi hỗn hợp có màu nhạt và có hình dạng mịn khi nhấc máy đánh trứng lên, khoảng 5 phút. Đánh bơ cho đến khi hòa quyện.

5. Đổ nước sốt nóng lên măng tây và dùng ngay.

Măng tây với Taleggio và hạt thông

Măng tây với Taleggio và Pinoli

Mang lại 6 đến 8 phần ăn

Cách Peck's không xa, ẩm thực nổi tiếng của Milan (cửa hàng thực phẩm dành cho người sành ăn) là Trattoria Milanese. Đó là một nơi tuyệt vời để thử các món ăn cổ điển, đơn giản của vùng Lombardy, chẳng hạn như món măng tây phủ sốt Taleggio, một loại phô mai sữa bò thơm, hơi mềm, có bơ được sản xuất tại địa phương và là một trong những loại phô mai ngon nhất của Ý. Fontina hoặc Bel Paese có thể được thay thế nếu không có Taleggio.

2 kg măng tây

muối

2 muỗng canh bơ không ướp muối, tan chảy

6 ounces Taleggio, Fontina Valle d'Aosta hoặc Bel Paese, cắt thành miếng nhỏ

¼ chén hạt thông xắt nhỏ hoặc hạnh nhân cắt lát

1 muỗng canh vụn bánh mì

1. Đặt một cái giá ở giữa lò. Làm nóng lò nướng ở nhiệt độ 450 ° F. Bơ cho đĩa nướng 13 × 9 × 2 inch.

hai. Cắt mặt dưới của măng tây nơi thân cây chuyển từ màu trắng sang màu xanh lá cây. Để gọt vỏ măng tây, hãy bắt đầu từ dưới ngọn và sử dụng dụng cụ gọt vỏ có lưỡi quay, loại bỏ hết lớp vỏ màu xanh đậm cho đến tận đầu thân.

3. Đun sôi khoảng 2 inch nước trong chảo lớn. Thêm măng tây và muối cho vừa ăn. Nấu cho đến khi măng tây hơi uốn cong khi nhấc phần cuối của thân cây lên, từ 4 đến 8 phút. Thời gian nấu sẽ phụ thuộc vào độ dày của măng tây. Loại bỏ măng tây bằng nhíp. Xả chúng trên khăn giấy và lau khô.

Bốn. Đặt măng tây vào đĩa nướng. Mưa phùn với bơ. Phết phô mai lên măng tây. Rắc các loại hạt và vụn bánh mì.

5. Nướng cho đến khi phô mai tan chảy và các loại hạt có màu vàng nâu, khoảng 15 phút. Phục vụ nóng.

măng tây timbale

Định dạng măng tây

Mang lại 6 phần ăn

Món sữa trứng mịn, mượt như thế này là một cách chế biến kiểu cũ, nhưng vẫn là món phổ biến ở nhiều nhà hàng Ý, về cơ bản là vì nó rất ngon. Hầu như bất kỳ loại rau nào cũng có thể được làm theo cách này, và những chiếc ramekin nhỏ này rất phù hợp cho món chay, món khai vị hoặc món chính. Sformatini, nghĩa đen là "những thứ nhỏ không có nấm mốc", có thể được phục vụ đơn giản, phủ sốt cà chua hoặc pho mát, hoặc bao quanh bởi rau xào bơ.

1 cái ly Nước chấm do bechamel sáng tạo Sauce

1 1/2 pound măng tây, xắt nhỏ

3 quả trứng lớn

1/4 cốc Parmigiano-Reggiano mới xay

Muối và hạt tiêu đen mới xay

1. Chuẩn bị bechamel, nếu cần. Đun sôi khoảng 2 inch nước trong chảo lớn. Thêm măng tây và muối cho vừa ăn. Nấu cho đến khi măng tây hơi uốn cong khi nhấc phần cuối của thân cây lên, từ 4 đến 8 phút. Thời gian nấu sẽ phụ thuộc vào độ dày của măng tây. Loại bỏ măng tây bằng nhíp. Xả chúng trên khăn giấy và lau khô. Cắt và dự trữ 6 đầu.

hai. Cho măng tây vào máy xay thực phẩm và chế biến cho đến khi mịn. Trộn trứng, béchamel, phô mai, 1 muỗng cà phê muối và hạt tiêu cho vừa ăn.

3. Đặt một cái giá ở giữa lò. Làm nóng lò nướng ở nhiệt độ 350°F. Phết bơ nhiều vào sáu cốc hoặc ramekins 6 ounce. Đổ hỗn hợp măng tây vào cốc. Đặt các cốc lên một tấm nướng lớn và đổ nước sôi vào chảo ở nửa mặt cốc.

Bốn. Nướng trong 50 đến 60 phút hoặc cho đến khi một con dao được đưa vào trung tâm sạch sẽ. Lấy ramekins ra khỏi chảo và luồn một con dao nhỏ quanh mép. Đảo ngược ramekins lên đĩa phục vụ. Cho măng tây lên trên và dùng nóng.

đậu phong cách đồng quê

Fagioli alla Paesana

Làm khoảng 6 cốc đậu, khẩu phần 10-12

Đây là một phương pháp nấu ăn cơ bản cho tất cả các loại đậu. Đậu ngâm có thể lên men nếu để ở nhiệt độ phòng nên mình cho vào tủ lạnh. Sau khi nấu chín, hãy phục vụ chúng như cũ với một giọt dầu ô liu nguyên chất hoặc thêm chúng vào súp hoặc sa lát.

1 pound quả nam việt quất, cannellini hoặc các loại đậu khô khác

1 củ cà rốt, thái lát

1 cọng cần tây với lá

1 củ hành tây

2 tép tỏi

2 thìa dầu ô liu

muối

1. Rửa sạch đậu và nhặt sạch để loại bỏ những hạt đậu bị dập hoặc sỏi nhỏ.

hai. Đặt đậu vào một bát nước lạnh lớn để ngập 2 inch. Làm lạnh 4 giờ để qua đêm.

3. Vớt đậu ra và cho vào một nồi nước lạnh lớn ngập 1 inch. Đun sôi nước trên lửa vừa. Giảm nhiệt xuống thấp và hớt bọt nổi lên trên cùng. Khi bọt ngừng nổi lên, thêm rau và dầu ô liu.

Bốn. Đậy nắp nồi và nấu trong 11/2 đến 2 giờ, thêm nước nếu cần, cho đến khi đậu rất mềm và có màu kem. Thêm muối cho vừa ăn và để yên trong khoảng 10 phút. Bỏ rau. Phục vụ nóng hoặc ở nhiệt độ phòng.

đậu tuscan

fagioli stufati

Mang lại 6 phần ăn

Tuscans là bậc thầy nấu đậu. Họ nấu rau khô với các loại thảo mộc trong một chất lỏng sủi bọt. Nấu lâu, chậm sẽ tạo ra những hạt đậu mềm, kem giữ nguyên hình dạng khi nấu.

Luôn nếm nhiều loại đậu để xem chúng đã chín chưa, vì không phải tất cả các loại đậu đều chín cùng một lúc. Tôi để đậu một lúc trên bếp sau khi nấu để đảm bảo chúng chín đều. Chúng tốt khi nóng và hâm nóng hoàn hảo.

Đậu rất tốt khi dùng làm món ăn kèm hoặc trong súp, hoặc thử cho chúng vào bánh mì Ý nướng còn nóng đã phết tỏi và rưới dầu ô liu.

8 ounces cannelloni khô, quả nam việt quất hoặc các loại đậu khác

1 tép tỏi lớn, băm nhỏ

6 lá xô thơm tươi, hoặc một nhánh hương thảo nhỏ, hoặc 3 nhánh cỏ xạ hương tươi

muối

dầu ôliu siêu nguyên chất

hạt tiêu vừa mới nghiền

1.Rửa sạch đậu và nhặt sạch để loại bỏ những hạt đậu bị dập hoặc sỏi nhỏ. Đặt đậu vào một bát nước lạnh lớn để ngập 2 inch. Làm lạnh 4 giờ để qua đêm.

hai.Làm nóng lò ở nhiệt độ 300°F. Để đậu ráo nước và cho vào lò nướng kiểu Hà Lan hoặc nồi nặng, sâu khác có nắp đậy kín. Thêm nước ngọt để che 1 inch. Thêm tỏi và cây xô thơm. Đun sôi trên lửa nhỏ.

3.Đậy nắp chảo và đặt nó lên giá giữa của lò nướng. Nấu cho đến khi đậu rất mềm, khoảng 1 giờ 15 phút hoặc lâu hơn tùy thuộc vào loại và độ tuổi của đậu. Thỉnh thoảng kiểm tra xem có cần thêm nước để ngập đậu không. Một số loại đậu có thể cần nấu thêm 30 phút.

Bốn. Hãy thử đậu. Khi chúng mềm hoàn toàn, thêm muối cho vừa ăn. Để đậu nghỉ trong 10 phút. Dùng nóng với một ít dầu ô liu và một chút tiêu đen.

xà lách đậu

Insalata di Fagioli

Mang lại 4 phần ăn

Nêm đậu khi còn nóng sẽ giúp đậu thấm gia vị.

2 thìa dầu ôliu nguyên chất

2 thìa nước cốt chanh tươi

Muối và hạt tiêu đen mới xay

2 chén đậu đóng hộp hoặc nấu chín nóng, chẳng hạn như đậu cannelloni hoặc quả nam việt quất

1 quả ớt chuông vàng nhỏ, thái hạt lựu

1 chén cà chua bi, giảm một nửa hoặc làm tư

2 củ hành xanh, cắt thành miếng 1/2-inch

1 bó arugula, xắt nhỏ

1. Trong một bát vừa, đánh đều dầu, nước cốt chanh, muối và hạt tiêu cho vừa ăn. Xả đậu và thêm chúng vào nước sốt. Lắc kỹ. Để yên 30 phút.

hai. Thêm ớt chuông, cà chua và hành tây và trộn. Hương vị và điều chỉnh gia vị.

3. Sắp xếp arugula trong một cái bát và trên cùng với salad. Phục vụ ngay lập tức.

đậu và bắp cải

Fagioli và Cavolo

Mang lại 6 phần ăn

Phục vụ món này như một món đầu tiên thay cho mì ống hoặc súp, hoặc như một món ăn phụ với thịt lợn hoặc thịt gà nướng.

2 ounces pancetta (4 lát dày), cắt thành dải 1/2 inch

2 thìa dầu ô liu

1 củ hành tây băm nhỏ

2 tép tỏi lớn

1/4 muỗng cà phê ớt chuông đỏ nghiền

4 chén bắp cải thái nhỏ

1 chén cà chua tươi hoặc đóng hộp thái hạt lựu

muối

3 cốc đậu cannellini nấu chín hoặc đóng hộp hoặc quả nam việt quất, để ráo nước

1. Trong một cái chảo lớn, nấu pancetta trong dầu trong 5 phút. Thêm hành tây, tỏi và hạt tiêu và nấu cho đến khi hành tây mềm, khoảng 10 phút.

hai. Thêm bắp cải, cà chua và muối cho vừa ăn. Giảm nhiệt xuống thấp và đậy nắp chảo. Nấu trong 20 phút hoặc cho đến khi bắp cải mềm. Thêm đậu và nấu thêm 5 phút nữa. Phục vụ nóng.

Đậu sốt cà chua và cây xô thơm

Fagioli all'Uccelletto

Mang lại 8 phần ăn

Những hạt đậu Tuscan này được nấu chín như thịt chim săn, với cây xô thơm và cà chua, do đó có tên tiếng Ý.

1 pound cannellini khô hoặc đậu Great Northern, rửa sạch và vớt ra

muối

2 nhánh cây xô thơm tươi

3 tép tỏi lớn

1 1/4 chén dầu ô liu

3 quả cà chua lớn, gọt vỏ, bỏ hạt và xắt nhỏ, hoặc 2 cốc cà chua đóng hộp

1. Đặt đậu vào một bát nước lạnh lớn để ngập 2 inch. Đặt chúng trong tủ lạnh để ngâm trong 4 giờ hoặc qua đêm.

hai. Vớt đậu ra và cho vào một nồi nước lạnh lớn ngập 1 inch. Đun sôi chất lỏng. Đậy nắp và nấu cho đến khi đậu mềm, 11/2 đến 2 giờ. Thêm muối cho vừa ăn và để yên trong 10 phút.

3. Trong một cái nồi lớn, xào cây xô thơm và tỏi trong dầu trên lửa vừa, dùng thìa làm phẳng tỏi cho đến khi tỏi có màu nâu vàng, khoảng 5 phút. Thêm cà chua.

Bốn. Xả đậu, dự trữ chất lỏng. Thêm đậu vào nước sốt. Nấu trong 10 phút, thêm một ít chất lỏng dành riêng nếu đậu bị khô. Thưởng thức khi còn nóng hoặc ở nhiệt độ phòng.

đậu xanh hầm

Ceci ở Zimino

Mang lại 4 đến 6 phần ăn

Món hầm thịnh soạn này rất ngon, hoặc bạn có thể thêm một ít mì hoặc gạo luộc nhỏ và nước hoặc nước dùng để nấu thành súp.

1 củ hành tây xắt nhỏ

1 tép tỏi băm nhỏ

4 thìa dầu ô liu

1 pound củ cải Thụy Sĩ hoặc rau bina, tỉa và thái nhỏ

Muối và hạt tiêu đen mới xay

3 1/2 chén đậu xanh nấu chín hoặc đóng hộp, để ráo nước

dầu ôliu siêu nguyên chất

1. Trong một cái chảo vừa, xào hành tây và tỏi trong dầu trên lửa vừa cho đến khi vàng, 10 phút. Thêm củ cải và muối cho vừa ăn. Đậy nắp và nấu 15 phút.

hai. Thêm đậu xanh với một ít chất lỏng nấu ăn hoặc nước và muối và hạt tiêu cho vừa ăn. Đậy nắp và nấu thêm 30 phút nữa. Thỉnh thoảng khuấy đều và nghiền một ít đậu xanh bằng thìa. Thêm một chút chất lỏng nếu hỗn hợp quá khô.

3. Hãy để nguội một chút trước khi phục vụ. Rưới thêm một ít dầu ô liu nguyên chất nếu muốn.

Đậu tằm rau đắng

fave và cicoria

Mang lại 4 đến 6 phần ăn

Đậu fava khô có vị đất, hơi đắng. Khi mua chúng, hãy tìm loại đã bóc vỏ. Chúng đắt hơn một chút, nhưng chúng đáng để tránh da cứng. Chúng cũng nấu nhanh hơn đậu răng ngựa còn nguyên vỏ. Bạn có thể tìm thấy đậu fava khô và bóc vỏ tại các chợ dân tộc và những cửa hàng chuyên về thực phẩm tự nhiên.

Công thức này đến từ Puglia, nơi nó thực sự là món ăn quốc gia. Bất kỳ loại rau đắng nào cũng có thể được sử dụng, chẳng hạn như radicchio, bông cải xanh rabe, củ cải hoặc bồ công anh. Tôi thích thêm một chút ớt đỏ nghiền vào rau khi nấu, nhưng điều này không phải là truyền thống.

8 ounce đậu fava khô, bóc vỏ, rửa sạch và để ráo nước

1 củ khoai tây luộc vừa, gọt vỏ và cắt thành miếng 1 inch

muối

1 pound radicchio hoặc lá bồ công anh, tỉa

1 1/4 chén dầu ô liu nguyên chất

1 tép tỏi băm nhỏ

một nhúm ớt đỏ nghiền

1. Đặt đậu và khoai tây vào một cái nồi lớn. Thêm nước lạnh để phủ 1/2 inch. Đun lửa liu riu cho đến khi đậu thật mềm, vỡ ra và thấm hết nước.

hai. Thêm muối cho vừa ăn. Nghiền đậu bằng mặt sau của thìa hoặc dụng cụ nghiền khoai tây. Thêm dầu.

3. Mang một nồi nước lớn để đun sôi. Thêm rau và muối cho vừa ăn. Nấu cho đến khi mềm, tùy thuộc vào loại rau, từ 5 đến 10 phút. Cũng khô.

Bốn. Làm khô nồi. Thêm dầu ô liu, tỏi và ớt đỏ nghiền nát. Nấu trên lửa vừa cho đến khi tỏi có màu vàng nâu, khoảng 2 phút. Thêm rau và muối cho vừa ăn. Trộn đều.

5. Trải đậu xay nhuyễn ra đĩa. Xếp các loại rau lên trên. Xịt thêm dầu nếu muốn. Phục vụ nóng hoặc ấm.

Đậu fava tươi, kiểu La Mã

Fave alla Romana

Mang lại 4 phần ăn

Đậu fava tươi còn nguyên vỏ là một loại rau quan trọng trong mùa xuân ở miền trung và miền nam nước Ý. Người La Mã thích gọt vỏ và ăn sống như một món ăn kèm với pecorino non. Đậu cũng được nấu với các loại rau mùa xuân khác như đậu Hà Lan và atisô.

Nếu hạt còn non và mềm thì không cần bóc lớp vỏ mỏng bao bọc từng hạt. Hãy thử ăn một con có vỏ và một con không có vỏ để quyết định xem chúng có mềm không.

Hương vị và kết cấu của đậu tươi hoàn toàn khác với đậu khô, vì vậy đừng thay thế loại này bằng loại kia. Nếu bạn không thể tìm thấy đậu fava tươi, hãy tìm đậu đông lạnh được bán ở nhiều chợ Ý và Trung Đông. Đậu lima tươi hoặc đông lạnh cũng có tác dụng tốt trong món ăn này.

1 củ hành tây nhỏ thái nhỏ

4 ounces pancetta, hình khối

2 thìa dầu ô liu

4 pound đậu lima tươi, đã bóc vỏ (khoảng 3 cốc)

Muối và hạt tiêu đen mới xay

1 1/4 cốc nước

1. Trong một chảo vừa, xào hành tây và pancetta trong dầu ô liu trên lửa vừa trong 10 phút hoặc cho đến khi vàng.

hai. Thêm đậu và muối và hạt tiêu cho vừa ăn. Thêm nước và giảm nhiệt. Đậy nắp chảo và nấu trong 5 phút hoặc cho đến khi đậu gần mềm.

3. Mở chảo và nấu cho đến khi đậu và pancetta có màu nâu nhạt, khoảng 5 phút. Phục vụ nóng.

Đậu fava tươi kiểu Umbria

scafata

Mang lại 6 phần ăn

Vỏ đậu rộng phải chắc và giòn, không bị teo hay nhũn, chứng tỏ đậu đã rất già. Vỏ càng nhỏ thì đậu càng mềm. Hình 1 pound đậu tươi còn nguyên vỏ trên 1 chén đậu chưa gọt vỏ.

2 1/2 pound đậu lima tươi, đã bóc vỏ hoặc 2 chén đậu lima đông lạnh

1 pound củ cải Thụy Sĩ, tỉa và cắt thành dải 1/2-inch

1 củ hành tây xắt nhỏ

1 củ cà rốt vừa, xắt nhỏ

1 sườn cần tây xắt nhỏ

1 1/4 chén dầu ô liu

1 muỗng cà phê muối

hạt tiêu vừa mới nghiền

1 quả cà chua chín vừa, gọt vỏ, bỏ hạt và thái hạt lựu

1.Trong một cái chảo vừa, kết hợp tất cả các thành phần trừ cà chua. Đậy nắp và nấu, thỉnh thoảng khuấy trong 15 phút hoặc cho đến khi đậu mềm. Thêm một chút nước nếu rau bắt đầu dính vào nhau.

hai. Thêm cà chua và nấu không đậy nắp trong 5 phút. Phục vụ nóng.

Bông cải xanh với dầu ô liu và chanh

cải xanh

Mang lại 6 phần ăn

Đây là cách cơ bản để phục vụ nhiều loại rau nấu chín ở miền nam nước Ý. Chúng luôn được phục vụ ở nhiệt độ phòng.

1 1/2 pound bông cải xanh

muối

1 1/4 chén dầu ô liu nguyên chất

1 đến 2 thìa nước cốt chanh tươi

lát chanh, để trang trí

1. Cắt bông cải xanh thành những bông hoa lớn. Cắt các đầu của thân cây. Loại bỏ lớp vỏ cứng bằng dụng cụ gọt vỏ rau củ có lưỡi quay. Cắt thân cây dày theo chiều ngang thành các lát 1/4 inch.

hai. Mang một nồi nước lớn để đun sôi. Thêm bông cải xanh và muối cho vừa ăn. Nấu cho đến khi bông cải xanh mềm, từ 5 đến 7 phút. Xả và làm mát nhẹ dưới vòi nước lạnh.

3. Tưới bông cải xanh bằng dầu ô liu và nước cốt chanh. Trang trí với lát chanh. Phục vụ ở nhiệt độ phòng.

Bông cải xanh kiểu Parma

Bông cải xanh Parmigiana

Mang lại 4 phần ăn

Để thay đổi, hãy làm món ăn này với sự kết hợp của súp lơ và bông cải xanh.

1⁄2 pound bông cải xanh

muối

3 thìa bơ không ướp muối

hạt tiêu vừa mới nghiền

1⁄2 cốc Parmigiano-Reggiano mới xay

1. Cắt bông cải xanh thành những bông hoa lớn. Cắt các đầu của thân cây. Loại bỏ lớp vỏ cứng bằng dụng cụ gọt vỏ rau củ có lưỡi quay. Cắt thân cây dày theo chiều ngang thành các lát 1/4 inch.

hai. Mang một nồi nước lớn để đun sôi. Thêm bông cải xanh và muối cho vừa ăn. Nấu cho đến khi bông cải xanh chín một phần, khoảng 5 phút. Xả và làm mát bằng nước lạnh.

3. Đặt một cái giá ở giữa lò. Làm nóng lò nướng ở nhiệt độ 375 ° F. Bơ một tấm nướng đủ lớn để chứa bông cải xanh.

Bốn. Sắp xếp các ngọn giáo vào đĩa đã chuẩn bị, chồng lên nhau một chút. Rắc bơ và rắc hạt tiêu. Rắc phô mai lên trên.

5. Nướng trong 10 phút hoặc cho đến khi phô mai tan chảy và có màu nâu nhạt. Phục vụ nóng.

Đuôi bông cải xanh với tỏi và hạt tiêu

Cime di Monkfish với Peperoncino

Mang lại 4 phần ăn

Nó không tốt hơn nhiều so với công thức này khi nói đến hương vị rabe bông cải xanh. Món ăn này cũng có thể được làm với bông cải xanh hoặc súp lơ trắng. Một số phiên bản bao gồm một ít cá cơm xào tỏi và dầu, hoặc thử thêm một ít ô liu để có hương vị thơm ngon. Đây cũng là một loại topping tuyệt vời cho mì ống.

1 1/2 pound rabe bông cải xanh

muối

3 thìa dầu ô liu

2 tép tỏi lớn, thái lát mỏng

một nhúm ớt đỏ nghiền

1. Tách bông cải xanh thành những bông hoa. Cắt gốc của thân cây. Tước thân cây là tùy chọn. Cắt mỗi lá theo chiều ngang thành 2 hoặc 3 mảnh.

hai. Mang một nồi nước lớn để đun sôi. Thêm rabe bông cải xanh và muối cho vừa ăn. Nấu cho đến khi bông cải xanh gần mềm, khoảng 5 phút. Làm khô hạn.

3. Làm khô chảo và thêm dầu ô liu, tỏi và ớt đỏ. Nấu trên lửa vừa cho đến khi tỏi có màu nâu nhạt, khoảng 2 phút. Thêm bông cải xanh và một chút muối. Lắc kỹ. Đậy nắp và nấu cho đến khi mềm, thêm 3 phút nữa. Phục vụ nóng hoặc ở nhiệt độ phòng.

bông cải xanh với giăm bông

bông cải xanh om

Mang lại 4 phần ăn

Bông cải xanh trong công thức này được nấu cho đến khi đủ mềm để nghiền bằng nĩa. Phục vụ như một món ăn phụ hoặc phết lên bánh mì Ý nướng cho crostini.

1 1/2 pound bông cải xanh

muối

1 1/4 chén dầu ô liu

1 củ hành tây xắt nhỏ

1 tép tỏi băm nhỏ

4 lát mỏng prosciutto Ý nhập khẩu, cắt ngang thành dải mỏng

1. Cắt bông cải xanh thành những bông hoa lớn. Cắt các đầu của thân cây. Loại bỏ lớp vỏ cứng bằng dụng cụ gọt vỏ rau củ có lưỡi quay. Cắt thân cây dày theo chiều ngang thành các lát 1/4 inch.

hai. Mang một nồi nước lớn để đun sôi. Thêm bông cải xanh và muối cho vừa ăn. Nấu cho đến khi bông cải xanh chín một phần, khoảng 5 phút. Xả và làm mát bằng nước lạnh.

3. Làm khô chảo và thêm dầu ô liu, hành tây và tỏi. Nấu trên lửa vừa cho đến khi vàng nâu, khoảng 10 phút. Thêm bông cải xanh. Đậy nắp và vặn lửa nhỏ. Nấu cho đến khi bông cải xanh mềm, khoảng 15 phút.

Bốn. Nghiền bông cải xanh bằng máy nghiền khoai tây hoặc nĩa. Thêm giăm bông. Nêm nếm với muối và hạt tiêu. Phục vụ nóng.

Bánh mì cắn với Rabe bông cải xanh

Morsi với Cime di Rape

Mang lại 4 phần ăn

Món khai vị có thể là một món súp đặc làm từ mì ống hoặc gạo, hoặc một món rau thịnh soạn, như món này từ Puglia có chứa những viên bánh mì. Mặc dù nó có thể được phát minh bởi một bà nội trợ tiết kiệm với bánh mì còn thừa và rất nhiều miệng để lấp đầy, nhưng nó đủ ngon cho món đầu tiên hoặc như một món ăn kèm với sườn hoặc sườn heo.

1 1/2 pound rabe bông cải xanh

3 tép tỏi, thái lát mỏng

một nhúm ớt đỏ nghiền

1/3 chén dầu ô liu

4 đến 6 lát (dày 1/2 inch) bánh mì Ý hoặc Pháp, cắt thành từng miếng nhỏ

1. Tách bông cải xanh thành những bông hoa. Cắt gốc của thân cây. Tước thân cây là tùy chọn. Cắt từng lá theo chiều ngang thành các miếng 1 inch.

hai. Mang một nồi nước lớn để đun sôi. Thêm rabe bông cải xanh và muối cho vừa ăn. Nấu cho đến khi bông cải xanh gần mềm, khoảng 5 phút. Làm khô hạn.

3. Trong một cái chảo lớn, xào tỏi và ớt chuông đỏ trong dầu ô liu trong 1 phút. Thêm các khối bánh mì và nấu, khuấy liên tục, cho đến khi bánh mì được nướng nhẹ, khoảng 3 phút.

Bốn. Thêm rabe bông cải xanh và một chút muối. Nấu, khuấy, thêm 5 phút nữa. Phục vụ nóng.

Đuôi bông cải xanh với thịt xông khói và cà chua

Top of Monkfish đến Pomodori

Mang lại 4 phần ăn

Trong công thức này, hương vị thịt của pancetta, hành tây và cà chua bổ sung cho hương vị đậm đà của bông cải xanh. Đây là một trong những món ăn tuyệt vời khác để trộn với mì ống nấu chín nóng.

1 1/2 pound rabe bông cải xanh

muối

2 thìa dầu ô liu

2 lát thịt xông khói dày, xắt nhỏ

1 củ hành tây xắt nhỏ

một nhúm ớt đỏ nghiền

1 chén cà chua đóng hộp thái hạt lựu

2 muỗng canh rượu trắng khô hoặc nước

1. Tách bông cải xanh thành những bông hoa. Cắt gốc của thân cây. Tước thân cây là tùy chọn. Cắt từng lá theo chiều ngang thành các miếng 1 inch.

hai. Mang một nồi nước lớn để đun sôi. Thêm rabe bông cải xanh và muối cho vừa ăn. Nấu cho đến khi bông cải xanh gần mềm, khoảng 5 phút. Làm khô hạn.

3. Đổ dầu ô liu vào chảo lớn. Thêm pancetta, hành tây và ớt chuông đỏ và nấu trên lửa vừa cho đến khi hành tây trong, khoảng 5 phút. Thêm cà chua, rượu và một chút muối. Nấu thêm 10 phút nữa hoặc cho đến khi đặc lại.

Bốn. Thêm bông cải xanh và nấu cho đến khi nóng qua, khoảng 2 phút. Phục vụ nóng.

bánh rau nhỏ

Frittelle di Erbe di Campo

Mang lại 8 phần ăn

Ở Sicily, những chiếc bánh rau nhỏ này được làm bằng rau đắng dại. Bạn có thể sử dụng bông cải xanh rabe, mù tạt, cây lưu ly hoặc radicchio. Những chiếc bánh nhỏ này theo truyền thống được ăn vào lễ Phục sinh như một món khai vị hoặc món ăn phụ. Chúng ấm hoặc ở nhiệt độ phòng.

11⁄2 pound rabe bông cải xanh

muối

4 quả trứng lớn

2 muỗng caciocavallo bào hoặc Pecorino Romano

Muối và hạt tiêu đen mới xay

2 thìa dầu ô liu

1. Tách bông cải xanh thành những bông hoa. Cắt gốc của thân cây. Tước thân cây là tùy chọn. Cắt từng lá theo chiều ngang thành các miếng 1 inch.

hai. Mang một nồi nước lớn để đun sôi. Thêm rabe bông cải xanh và muối cho vừa ăn. Nấu cho đến khi bông cải xanh gần mềm, khoảng 5 phút. Làm khô hạn. Để nguội một chút và vắt lấy nước. Cắt nhỏ bông cải xanh.

3. Trong một bát lớn, đánh trứng, phô mai, muối và hạt tiêu cho vừa ăn. Thêm rau.

Bốn. Đun nóng dầu trong chảo lớn trên lửa vừa. Múc một thìa đầy hỗn hợp và thả vào nồi. Làm phẳng hỗn hợp bằng thìa để tạo thành một chiếc bánh kếp nhỏ. Lặp lại với hỗn hợp còn lại. Nấu một mặt bánh cho đến khi có màu nâu nhạt, khoảng 2 phút, sau đó lật chúng bằng thìa và nấu mặt còn lại cho đến khi vàng nâu và chín hẳn. Phục vụ nóng hoặc ở nhiệt độ phòng.

súp lơ chiên

Cavolfiore Fritte

Mang lại 4 phần ăn

Hãy thử phục vụ súp lơ được chế biến theo cách này cho những người thường không thích loại rau đa năng này và bạn sẽ được chuyển đổi. Lớp phủ giòn có hương vị phô mai mang đến sự tương phản tuyệt vời với súp lơ mềm. Những thứ này có thể được dùng làm món khai vị trong bữa tiệc hoặc phục vụ như một món ăn kèm với sườn nướng. Để có kết cấu tốt nhất, hãy phục vụ ngay sau khi nấu.

1 súp lơ nhỏ (khoảng 1 pound)

muối

1 chén vụn bánh mì khô

3 quả trứng lớn

1/2 cốc Parmigiano-Reggiano mới xay

hạt tiêu vừa mới nghiền

dầu thực vật

chanh lát

1. Cắt súp lơ thành những bông hoa 2 inch. Cắt các đầu của thân cây. Cắt thân cây dày theo chiều ngang thành các lát 1/4 inch.

hai. Mang một nồi nước lớn để đun sôi. Thêm súp lơ và muối cho vừa ăn. Nấu cho đến khi súp lơ gần mềm, khoảng 5 phút. Xả và làm mát bằng nước lạnh.

3. Đặt vụn bánh mì vào một cái đĩa nông. Trong một bát nhỏ, đánh trứng, phô mai, muối và hạt tiêu cho vừa ăn. Nhúng miếng súp lơ vào trứng rồi lăn qua vụn bánh mì. Để khô trên giá dây trong 15 phút.

Bốn. Đổ dầu vào chảo lớn, sâu đến độ sâu 1/2 inch. Đun trên lửa vừa cho đến khi một ít hỗn hợp trứng rơi vào chảo kêu xèo xèo và chín nhanh. Trong khi đó, lót một tấm nướng bằng khăn giấy.

5. Đặt vừa đủ các miếng súp lơ vào chảo sao cho vừa vặn mà không cần chạm vào chúng. Chiên các miếng, lật chúng bằng

kẹp, cho đến khi vàng và giòn, khoảng 6 phút. Xả súp lơ trên khăn giấy. Lặp lại với súp lơ còn lại.

6. Ăn súp lơ nóng, với lát chanh.

Súp lơ nghiền

Puréa di Cavolfiore

Mang lại 4 phần ăn

Mặc dù trông giống như khoai tây nghiền thông thường, nhưng món khoai tây nghiền và súp lơ này nhẹ hơn và có hương vị hơn nhiều. Đó là một sự thay đổi tuyệt vời từ khoai tây nghiền và thậm chí có thể được phục vụ với món hầm thịnh soạn chẳng hạn nhưchân giò om.

1 súp lơ nhỏ (khoảng 1 pound)

3 củ khoai tây luộc vừa, gọt vỏ và cắt làm tư

muối

1 thìa bơ không ướp muối

2 muỗng canh Parmigiano-Reggiano bào

hạt tiêu vừa mới nghiền

1. Cắt súp lơ thành những bông hoa 2 inch. Cắt các đầu của thân cây. Cắt thân cây dày theo chiều ngang thành các lát 1/4 inch.

hai. Trong một cái nồi đủ lớn để chứa tất cả các loại rau, trộn khoai tây với 3 lít nước lạnh và muối cho vừa ăn. Đun sôi và nấu trong 5 phút.

3. Thêm súp lơ và nấu cho đến khi rau rất mềm, khoảng 10 phút. Xả súp lơ và khoai tây. Trộn cho đến khi mịn bằng máy trộn cầm tay hoặc máy trộn cầm tay. Đừng đánh quá mạnh nếu không khoai sẽ bị dính.

Bốn. Thêm bơ, phô mai, muối và hạt tiêu cho vừa ăn. Phục vụ nóng.

Súp lơ nướng

Cavoliore al Forno

Mang lại 4 đến 6 phần ăn

Súp lơ chuyển từ mềm sang ngon khi rang cho đến khi có màu nâu nhạt. Để thay đổi, trộn súp lơ đã nấu chín với một ít giấm balsamic.

1 súp lơ vừa (khoảng 1½ pounds)

1¼ chén dầu ô liu

Muối và hạt tiêu đen mới xay

1. Cắt súp lơ thành những bông hoa 2 inch. Cắt các đầu của thân cây. Cắt thân cây dày theo chiều ngang thành các lát 1/4 inch.

hai. Đặt một cái giá ở giữa lò. Làm nóng lò ở nhiệt độ 350°F. Trải súp lơ ra đĩa nướng đủ lớn để xếp thành một lớp. Rưới dầu ô liu và một chút muối và hạt tiêu.

3. Nướng, thỉnh thoảng khuấy, trong 45 phút hoặc cho đến khi súp lơ mềm và có màu nâu nhạt. Phục vụ nóng.

súp lơ chết đuối

Cavolfiore Stufato

Mang lại 4 đến 6 phần ăn

Một số người nói rằng súp lơ bị nhão, nhưng tôi cho rằng hương vị nhẹ và kết cấu kem của nó là sự kết hợp hoàn hảo cho các nguyên liệu mặn.

1 súp lơ vừa (khoảng 1 1/2 pounds)

3 thìa dầu ô liu

1 1/4 cốc nước

2 tép tỏi, thái lát mỏng

muối

1 1/2 chén ô liu đen mềm, chẳng hạn như Gaeta, đọ sức và thái lát

4 con cá cơm xắt nhỏ (tùy chọn)

2 muỗng canh mùi tây tươi xắt nhỏ

1.Cắt súp lơ thành những bông hoa 2 inch. Cắt các đầu của thân cây. Cắt thân cây dày theo chiều ngang thành các lát 1/4 inch.

hai.Đổ dầu vào chảo lớn và thêm súp lơ. Nấu trên lửa vừa cho đến khi súp lơ bắt đầu chuyển sang màu nâu. Thêm nước, tỏi và một chút muối. Đậy nắp và nấu cho đến khi súp lơ mềm khi dùng dao đâm xuyên qua và nước đã bốc hơi hết, khoảng 10 phút.

3.Thêm ô liu, cá cơm và rau mùi tây và trộn đều. nấu không đậy nắp thêm 2 phút, thỉnh thoảng khuấy. Phục vụ nóng.

Súp lơ với mùi tây và hành tây

Cavolfiore trifolit

Mang lại 4 đến 6 phần ăn

Hành tây, tỏi và rau mùi tây tạo hương vị cho món súp lơ này khi nó được nấu nhẹ trong chảo.

1 súp lơ vừa (khoảng 1 1/2 pounds)

2 thìa dầu ô liu

1 củ hành vừa, thái nhỏ

2 tép tỏi thái nhỏ

2 thìa nước

1 1/4 chén mùi tây tươi xắt nhỏ

Muối và hạt tiêu đen mới xay

1. Cắt súp lơ thành những bông hoa 2 inch. Cắt các đầu của thân cây. Loại bỏ lớp vỏ cứng bằng dụng cụ gọt vỏ rau củ có

lưỡi quay. Cắt thân cây dày theo chiều ngang thành các lát 1/4 inch.

hai. Trong một chảo lớn, xào hành tây và tỏi trong dầu ô liu và xào trong 5 phút, thỉnh thoảng khuấy.

3. Thêm súp lơ, nước, rau mùi tây, muối và hạt tiêu cho vừa ăn. Trộn đều. Đậy nắp chảo và nấu thêm 15 phút nữa hoặc cho đến khi súp lơ mềm. Phục vụ nóng.

Rang Brussels sprouts

Cavolini al Forno

Mang lại 4 đến 6 phần ăn

Nếu bạn chưa bao giờ thử cải bruxen nướng trước đây, bạn sẽ ngạc nhiên về hương vị của chúng. Tôi nướng cho đến khi chúng đẹp và vàng. Các lá bên ngoài giòn trong khi các lá bên trong vẫn mềm. Chúng rất hợp với thịt lợn nướng.

1 kg cải Brussels

1/3 chén dầu ô liu

muối

3 tép tỏi, thái lát

1. Sử dụng một con dao nhỏ, cạo một lát mỏng ở dưới cùng của cải Brussels. Cắt chúng làm đôi ở gốc.

hai. Làm nóng lò ở nhiệt độ 375 ° F. Đổ dầu vào đĩa nướng đủ lớn để chứa mầm trong một lớp. Thêm mầm, muối và tỏi. Trộn đều và úp phần mầm đã cắt xuống dưới.

3. Nướng mầm, lật một lần trong 30 đến 40 phút hoặc cho đến khi chín vàng và mềm. Phục vụ nóng.

Cải Brussels với Pancetta

Cavolini di Bruxelles với Pancetta

Mang lại 4 đến 6 phần ăn

Tỏi và pancetta tạo hương vị cho những mầm này. Thay thế thịt xông khói cho pancetta để có một chút khói.

1 kg cải Brussels

muối để hương vị

2 thìa dầu ô liu

2 lát pancetta dày (2 ounces), cắt thành dải que diêm

4 tép tỏi lớn, thái lát mỏng

một nhúm ớt đỏ nghiền

1. Sử dụng một con dao nhỏ, cạo một lát mỏng ở dưới cùng của cải Brussels.

hai. Mang một nồi nước lớn để đun sôi. Thêm mầm và muối cho vừa ăn. Nấu cho đến khi mầm gần mềm, khoảng 5 phút.

3. Trong một cái chảo lớn, nấu pancetta trong dầu cho đến khi có màu nâu nhạt, khoảng 5 phút. Thêm tỏi và ớt đỏ nghiền và nấu cho đến khi tỏi có màu vàng nâu, khoảng 2 phút nữa.

Bốn. Thêm cải Brussels, 2 thìa nước và một chút muối. Nấu, thỉnh thoảng khuấy, cho đến khi mầm mềm và bắt đầu chuyển sang màu nâu, khoảng 5 phút. Phục vụ nóng.

bắp cải vàng với tỏi

Cavolo al'Aglio

Mang lại 4 phần ăn

Bắp cải được nấu theo cách này không có vị như loại rau nhão, sũng nước mà tất cả chúng ta đều ghét. Tôi luôn nghĩ về việc nấu quá chín bắp cải đã hỏng, nhưng trong trường hợp này, giống như món cải Brussels nướng ở trên, quá trình nấu chậm và lâu sẽ làm cho bắp cải có màu nâu và mang lại hương vị ngọt ngào, đậm đà. Tôi đã thử nó lần đầu tiên tại Manducatis, một nhà hàng ở Long Island City thuộc sở hữu của Montecassino, Ý.

1 bắp cải vừa (khoảng 1 1/2 pounds)

3 tép tỏi lớn, băm nhỏ

ớt đỏ xay

1 1/4 chén dầu ô liu

muối

1. Cắt bớt lá bắp cải bên ngoài. Sử dụng một con dao lớn, nặng, cắt bắp cải. Cắt lõi. Cắt bắp cải thành từng miếng nhỏ.

hai. Trong một cái nồi lớn, xào tỏi và ớt chuông đỏ trong dầu ô liu trên lửa vừa và thấp cho đến khi tỏi vàng, khoảng 2 phút.

3. Thêm bắp cải và muối. Lắc kỹ. Đậy nắp và nấu, khuấy thường xuyên trong 20 phút hoặc cho đến khi bắp cải có màu nâu nhạt và mềm. Thêm một chút nước nếu bắp cải bắt đầu dính vào nhau. Phục vụ nóng.

Bắp cải xắt nhỏ với nụ bạch hoa và ô liu

Cavolo al Capperi

Mang lại 4 phần ăn

Ô liu và nụ bạch hoa trang trí bắp cải thái nhỏ. Nếu bạn không muốn mua cả bắp cải, hãy thử làm nó với một túi xà lách trộn từ khu vực nông sản của cửa hàng tạp hóa. Thương hiệu tôi mua là sự kết hợp của bắp cải trắng, một ít bắp cải đỏ và cà rốt. Nó hoạt động hoàn hảo trong công thức này.

4 thìa dầu ô liu

1 bắp cải nhỏ (khoảng 1 pound)

Khoảng 3 muỗng canh nước

1 đến 2 muỗng canh giấm rượu trắng

muối

1 1/2 chén ô liu xanh xắt nhỏ

1 thìa bạch hoa xắt nhỏ

1. Cắt bớt lá bắp cải bên ngoài. Sử dụng một con dao lớn, nặng, cắt bắp cải. Cắt lõi. Cắt các phần tư theo chiều ngang thành các dải hẹp.

hai. Trong một chảo lớn, đun nóng dầu trên lửa vừa. Thêm bắp cải, nước, giấm và một lượng nhỏ muối. Lắc kỹ.

3. Đậy nắp chảo và giảm nhiệt. Nấu cho đến khi bắp cải gần mềm, khoảng 15 phút.

Bốn. Thêm ô liu và nụ bạch hoa. Nấu cho đến khi bắp cải rất mềm, khoảng 5 phút nữa. Nếu còn nhiều chất lỏng trong chảo, hãy mở nắp và nấu cho đến khi chất lỏng bay hơi. Phục vụ nóng.

Bắp cải với thịt xông khói

Verze với Pancetta Affumicata

Mang lại 6 phần ăn

Đây là một công thức Friulan truyền thống khác lấy cảm hứng từ đầu bếp Gianni Cosetti. Gianni sử dụng pancetta hun khói cho công thức này, nhưng bạn có thể thay thế thịt xông khói hun khói hoặc prosciutto.

2 thìa dầu ô liu

1 củ hành tây xắt nhỏ

2 ounce pancetta hun khói, thịt xông khói hoặc giăm bông xắt nhỏ

1/2 bắp cải đầu vừa, thái lát mỏng

Muối và hạt tiêu đen mới xay

1. Trong một cái nồi lớn, xào dầu, hành tây và pancetta trong 10 phút hoặc cho đến khi vàng.

hai. Thêm bắp cải và muối và hạt tiêu cho vừa ăn. Hạ lửa. Đậy nắp và nấu trong 30 phút hoặc cho đến khi rất mềm. Phục vụ nóng.

cây kế chiên

Cardoni Fritti

Mang lại 6 phần ăn

Đây là một công thức cơ bản cho cây tật lê: chúng được luộc chín, phủ một lớp vụn bánh mì và chiên cho đến khi giòn. Đây là những thứ tốt như một phần của nhiều loại antipasti hoặc làm món ăn kèm với thịt cừu hoặc cá.

1 quả chanh cắt làm đôi

2 kg cây tật lê

3 quả trứng lớn

2 muỗng canh Parmigiano-Reggiano mới xay

Muối và hạt tiêu đen mới xay

2 chén vụn bánh mì

dầu thực vật để chiên

chanh lát

1. Vắt chanh vào một bát nước lạnh lớn. Cắt bỏ phần cuối của cây tật lê và tách thân cây thành các xương sườn. Sử dụng một con dao, tách từng xương sườn để loại bỏ các dây và lá dài, cứng. Cắt từng xương sườn thành các đoạn dài 3 inch. Đặt các miếng trong nước chanh.

hai. Mang một nồi nước lớn để đun sôi. Xả cây tật lê và thêm chúng vào chảo. Đun cho đến khi mềm khi dùng dao đâm thủng, khoảng 20 đến 30 phút. Xả kỹ và làm mát dưới vòi nước chảy. Làm khô các bộ phận.

3. Lót một tấm nướng bằng khăn giấy. Trong một cái bát nông, đánh trứng với phô mai, muối và hạt tiêu cho vừa ăn. Trải vụn bánh mì lên một tờ giấy da. Nhúng cây tật lê vào trứng rồi lăn qua vụn bánh mì.

Bốn. Trong một chảo lớn, sâu lòng, đun nóng khoảng 1/2 inch dầu trên lửa vừa cho đến khi một giọt nhỏ từ trứng xèo xèo và nấu nhanh khi trứng rơi vào chảo. Thêm đủ cây tật lê để vừa trong một lớp mà không bị vón cục. Nấu, lật miếng bằng kẹp, cho đến khi vàng và giòn ở tất cả các mặt, khoảng 3 đến 4 phút. Xả trên khăn giấy. Giữ ấm chúng trong lò thấp trong khi bạn chiên phần còn lại. Ăn nóng với chanh.

Cây kế với Parmigiano-Reggiano

Cardoni à Parmigiana

Mang lại 6 phần ăn

Cây tật lê nướng với bơ và pho mát parmesan rất ngon.

1 quả chanh cắt làm đôi

Khoảng 2 kg cây tật lê

Muối và hạt tiêu mới xay

3 thìa bơ không ướp muối

1/2 cốc Parmigiano-Reggiano mới xay

1.Chuẩn bị cây kế như trongcây kế chiênđến bước 2.

hai.Đặt một cái giá ở giữa lò. Làm nóng lò nướng ở nhiệt độ 450 ° F. Phết bơ nhiều lên đĩa nướng 13 × 9 × 2 inch.

3.Sắp xếp các miếng cây kế trên tấm nướng. Rắc bơ và rắc muối và hạt tiêu. Trải phô mai lên trên.

Bốn. Nướng trong 10 đến 15 phút, hoặc cho đến khi phô mai hơi tan chảy. Phục vụ nóng.

cây kế kem

Cardoni alla panna

Mang lại 6 phần ăn

Những cây kế này được nấu trong chảo với một ít kem. Parmigiano-Reggiano thêm phần hoàn thiện.

1 quả chanh cắt làm đôi

Khoảng 2 kg cây tật lê

2 thìa bơ không ướp muối

Muối và hạt tiêu đen mới xay

1 1/2 chén kem chua

1/2 cốc Parmigiano-Reggiano mới xay

1. Chuẩn bị cây kế như trong cây kế chiên đến bước 2.

hai. Trong một cái chảo lớn, làm tan chảy bơ trên lửa vừa. Thêm cây kế và muối và hạt tiêu cho vừa ăn. Khuấy cho đến khi phủ bơ, khoảng 1 phút.

3. Thêm kem và đun sôi. Nấu cho đến khi kem hơi đặc lại, khoảng 1 phút. Rắc phô mai và dùng nóng.

Cà rốt và củ cải với Marsala

Hỗn hợp Monkfish và Carote

Mang lại 4 phần ăn

Marsala ngọt và hấp dẫn làm tăng hương vị của các loại rau củ như cà rốt và củ cải.

4 củ cà rốt vừa

2 củ cải vừa hoặc 1 củ cải lớn

2 thìa bơ không ướp muối

muối

1 1/4 chén Marsala khô

1 muỗng canh mùi tây tươi băm nhỏ

1. Gọt vỏ cà rốt và củ cải và cắt thành miếng 1 inch.

hai. Trong một cái chảo lớn, làm tan chảy bơ trên lửa vừa. Thêm rau và muối cho vừa ăn. Nấu trong 5 phút, thỉnh thoảng khuấy.

3. Thêm Marsala. Đậy nắp và nấu thêm 5 phút nữa hoặc cho đến khi rượu bay hơi hết và rau mềm. Rắc rau mùi tây và phục vụ ngay lập tức.

Cà rốt nướng với tỏi và ô liu

carote trong lò nướng

Mang lại 4 phần ăn

Cà rốt, tỏi và ô liu là một sự kết hợp tuyệt vời, với vị mặn của ô liu tương phản với vị ngọt của cà rốt. Anh ta có chúng ở Liguria, gần biên giới Pháp.

8 củ cà rốt vừa, gọt vỏ và cắt chéo thành lát dày 1/2-inch

2 thìa dầu ô liu

3 tép tỏi, thái lát

Muối và hạt tiêu đen mới xay

1/2 chén ô liu đen mềm nhập khẩu như Gaeta

1. Đặt một cái giá ở giữa lò. Làm nóng lò ở nhiệt độ 425°F. Trong một chảo rang lớn, phi cà rốt với dầu, tỏi, muối và hạt tiêu cho vừa ăn.

hai. Nướng 15 phút. Thêm ô liu và nấu cho đến khi cà rốt mềm, khoảng 5 phút nữa, dùng nóng.

kem cà rốt

carote alla panna

Mang lại 4 phần ăn

Cà rốt được ăn sống thường xuyên đến nỗi chúng ta quên rằng chúng có thể ngon như thế nào khi nấu chín. Trong công thức này, kem chua bổ sung cho hương vị ngọt ngào của nó.

8 củ cà rốt vừa

2 thìa bơ không ướp muối

muối

1 1/2 chén kem chua

một nhúm hạt nhục đậu khấu

1. Gọt vỏ cà rốt. Cắt chúng thành những lát dày 1/4 inch.

hai. Trong một cái chảo vừa trên lửa vừa, làm tan chảy bơ. Thêm cà rốt và muối cho vừa ăn. Đậy nắp và nấu, thỉnh thoảng khuấy, cho đến khi cà rốt mềm, khoảng 5 phút.

3. Thêm kem chua và hạt nhục đậu khấu. Nấu cho đến khi kem đặc lại và cà rốt mềm, thêm 4 đến 5 phút nữa. Phục vụ ngay lập tức.

cà rốt chua ngọt

Carote ở Agrodolce

Mang lại 4 phần ăn

Tôi thích phục vụ những củ cà rốt này với thịt lợn hoặc thịt gà nướng. Nếu bạn có sẵn một ít mùi tây, bạc hà hoặc húng quế, hãy cắt nhỏ rau thơm và trộn với cà rốt trước khi ăn.

8 củ cà rốt vừa

1 thìa bơ không ướp muối

3 muỗng canh giấm rượu trắng

2 thìa đường

muối

1. Gọt vỏ cà rốt. Cắt chúng thành những lát dày 1/4 inch.

hai. Trong một cái chảo vừa, làm tan chảy bơ trên lửa vừa. Thêm giấm và đường và khuấy cho đến khi đường tan. Thêm cà rốt và muối cho vừa ăn. Đậy nắp chảo và nấu cho đến khi cà rốt mềm, khoảng 5 phút.

3. Mở chảo và nấu cà rốt, khuấy liên tục, cho đến khi vừa mềm, khoảng 5 phút nữa. Tôi thích gia vị. Phục vụ nóng hoặc ở nhiệt độ phòng.

Cà tím ướp tỏi và bạc hà

nước xốt melanzano

Mang lại 4 đến 6 phần ăn

Đây là món ăn kèm với gà nướng hoặc là một phần của nhiều món ăn antipasti. Zucchini và cà rốt cũng có thể được chuẩn bị theo cách này.

2 quả cà tím vừa (khoảng 1 pound mỗi quả)

muối

Dầu ô liu

3 muỗng canh giấm rượu vang đỏ

2 tép tỏi thái nhỏ

1 1/4 chén bạc hà tươi xắt nhỏ

hạt tiêu vừa mới nghiền

1. Cắt bỏ phần trên và dưới của cà tím. Cắt cà tím theo chiều ngang thành những lát dày 1/2 inch. Sắp xếp các lát trong một cái chao, rắc muối lên từng lớp. Đặt cà tím vào đĩa để ráo nước trong ít nhất 30 phút. Loại bỏ muối bằng nước lạnh và lau khô các lát bằng khăn giấy.

hai.Làm nóng lò nướng ở nhiệt độ 450°F. Phết dầu lên các lát cà tím và đặt mặt có dầu xuống thành một lớp trên khay nướng. Chải ngọn bằng dầu ô liu. Nướng các lát trong 10 phút. Lật và nướng cho đến khi chín vàng và mềm, khoảng 10 phút nữa.

3.Trong một hộp nhựa cạn có nắp đậy kín, xếp các lát cà tím chồng lên nhau một chút. Rắc giấm, tỏi, bạc hà và hạt tiêu. Lặp lại các lớp cho đến khi tất cả các thành phần được sử dụng.

Bốn. Che và làm lạnh trong ít nhất 24 giờ trước khi phục vụ. Những thứ này giữ tốt trong vài ngày.

Cà tím nướng sốt cà tươi

Melanzane alla Griglia với nước sốt

Mang lại 4 phần ăn

Ở đây, cà tím thái lát được nướng và sau đó phủ một lớp nước sốt cà chua tươi. Ăn kèm với bánh mì kẹp thịt, bít tết hoặc sườn. Tôi đã chuẩn bị cà tím theo cách này ở Abruzzo, nơi thường sử dụng ớt xanh tươi. Thay thế ớt đỏ nghiền từ lọ nếu bạn thích.

1 cà tím vừa (khoảng 1 pound)

muối

3 thìa dầu ô liu

1 quả cà chua chín vừa

2 muỗng canh mùi tây tươi xắt nhỏ

1 muỗng canh ớt tươi xắt nhỏ (hoặc nếm thử)

1 muỗng cà phê nước cốt chanh tươi

1.Cắt bỏ phần trên và dưới của cà tím. Cắt cà tím theo chiều ngang thành những lát dày 1/2 inch. Sắp xếp các lát trong một cái chao, rắc muối lên từng lớp. Đặt cà tím vào đĩa để ráo nước trong ít nhất 30 phút. Loại bỏ muối bằng nước lạnh và lau khô các lát bằng khăn giấy.

hai.Đặt giá nướng hoặc vỉ nướng cách nguồn nhiệt khoảng 5 inch. Nướng sơ bộ hoặc vỉ nướng. Phết dầu ô liu lên các lát cà tím ở một bên và đặt chúng sao cho mặt có dầu đối diện với nguồn nhiệt. Nấu cho đến khi có màu nâu nhạt, khoảng 5 phút. Xoay các lát và chải chúng bằng dầu ô liu. Nấu cho đến khi chín và mềm, khoảng 4 phút.

3.Sắp xếp các lát trên đĩa, chồng lên nhau một chút.

Bốn.Cắt đôi quả cà chua và vắt bỏ hạt và nước cốt. Cắt cà chua. Trong một bát vừa, trộn cà chua với rau mùi tây, hạt tiêu, nước cốt chanh và muối cho vừa ăn. Đổ hỗn hợp cà chua lên cà tím. Phục vụ ở nhiệt độ phòng.

"Sandwich" cà tím và Mozzarella

panini mozzarella

Mang lại 6 phần ăn

Đôi khi, tôi thêm một lát giăm bông đã gấp vào những chiếc "bánh mì" này và dùng chúng như một món khai vị. Đổ một ít nước sốt cà chua nếu bạn có và rắc pho mát Parmesan bào nếu bạn thích.

2 quả cà tím vừa (khoảng 1 pound mỗi quả)

muối

Dầu ô liu

hạt tiêu vừa mới nghiền

1 muỗng canh cỏ xạ hương tươi hoặc rau mùi tây phẳng

8 ounce mozzarella tươi, thái lát mỏng

1. Cắt bỏ phần trên và dưới của cà tím. Sử dụng máy bóc vỏ lưỡi quay, loại bỏ các dải da theo chiều dọc với khoảng cách khoảng 1 inch. Cắt cà tím theo chiều ngang thành một số

chẵn các lát dày 1/2 inch. Sắp xếp các lát trong một cái chao, rắc muối lên từng lớp. Đặt lưới lọc lên đĩa để ráo nước trong ít nhất 30 phút. Loại bỏ muối bằng nước lạnh và lau khô các lát bằng khăn giấy.

hai.Làm nóng lò nướng ở nhiệt độ 450°F. Phết dầu ô liu lên các lát cà tím và xếp thành một lớp mặt đã phết dầu xuống khay nướng. Chải đầu với dầu bổ sung. Rắc tiêu và rau thơm. Nướng 10 phút. Lật các lát và nướng thêm 10 phút, hoặc cho đến khi có màu nâu nhạt và mềm.

3.Lấy cà tím ra khỏi lò, nhưng vẫn để lò bật.

Bốn. Phủ phô mai mozzarella lên một nửa lát cà tím. Xếp các lát cà tím còn lại lên trên. Cho khay nướng trở lại lò nướng trong 1 phút hoặc cho đến khi phô mai bắt đầu tan chảy. Phục vụ nóng.

Cà tím với tỏi và các loại thảo mộc

Melanzane Al Forno

Mang lại 6 đến 8 phần ăn

Tôi thích sử dụng cà tím Nhật Bản dài, mỏng khi tôi nhìn thấy chúng ở chợ nông sản của tôi trong những tháng mùa hè. Chúng rất tuyệt cho những bữa ăn mùa hè chỉ đơn giản là rang với tỏi và rau thơm.

3 thìa dầu ô liu

8 quả cà tím nhỏ của Nhật Bản (tất cả cùng kích thước)

1 tép tỏi băm nhỏ

2 muỗng canh húng quế tươi xắt nhỏ

Muối và hạt tiêu đen mới xay

1. Đặt một cái giá ở giữa lò. Làm nóng lò nướng ở 400 ° F. Bôi trơn một đĩa nướng lớn.

hai. Cắt bỏ phần cuống của cà tím và cắt đôi theo chiều dọc. Thực hiện một số vết cắt nông trên các bề mặt cắt. Đặt các mặt cắt của cà tím lên khay nướng.

3. Trong một bát nhỏ, kết hợp dầu ô liu, tỏi, húng quế, muối và hạt tiêu cho vừa ăn. Phết hỗn hợp lên cà tím, đẩy một ít vào các khoảng trống.

Bốn. Nướng trong 25 đến 30 phút hoặc cho đến khi cà tím mềm. Phục vụ nóng hoặc ở nhiệt độ phòng.

Que cà tím Neapolitan với cà chua

Bastoncini di Melanzane

Mang lại 4 phần ăn

Tại Nhà hàng Dante e Beatrice ở Napoli, bữa ăn bắt đầu với một loạt món khai vị nhỏ. Những que cà tím nhỏ sốt cà chua tươi và húng quế là một trong những món ăn mà vợ chồng tôi rất thích ở đó. Cà tím Nhật Bản mềm hơn loại cà tím lớn, nhưng bất kỳ loại nào cũng có thể được sử dụng cho công thức này.

6 quả cà tím nhỏ của Nhật Bản (khoảng 1 1/2 pounds)

dầu thực vật để chiên

muối

2 tép tỏi, bóc vỏ và đập nhẹ

một nhúm ớt đỏ nghiền

3 thìa dầu ô liu

4 quả cà chua mận, bóc vỏ, bỏ hạt và thái hạt lựu

¼ chén lá húng quế, xếp chồng lên nhau và cắt thành dải mỏng

1.Cắt bỏ phần trên và dưới của cà tím và cắt thành 6 lát theo chiều dọc. Cắt chéo thành 3 miếng. Lau khô các bộ phận bằng khăn giấy.

hai.Lót một tấm nướng bằng khăn giấy. Đổ khoảng 1/2 inch dầu vào chảo vừa. Đun trên lửa vừa cho đến khi một miếng cà tím nhỏ kêu xèo xèo khi thêm vào chảo. Cẩn thận thêm càng nhiều cà tím vừa với chảo trong một lớp. Nấu, thỉnh thoảng khuấy, cho đến khi có màu nâu nhạt xung quanh các cạnh, khoảng 5 phút. Lấy cà tím ra bằng thìa có rãnh hoặc thìa có rãnh và để ráo nước trên khăn giấy. Lặp lại với cà tím còn lại. Rắc muối.

3.Trong một chảo lớn, xào tỏi với ớt chuông đỏ trong dầu ô liu cho đến khi tỏi có màu vàng nâu, khoảng 4 phút. Hủy bỏ và loại bỏ tỏi. Thêm cà chua và nấu trong 5 phút hoặc cho đến khi đặc lại.

Bốn. Thêm cà tím và húng quế và nấu thêm 2 phút nữa. Nêm muối cho vừa ăn. Phục vụ nóng hoặc ở nhiệt độ phòng

Cà tím nhồi giăm bông và phô mai

Melanzane Ripien

Mang lại 6 phần ăn

Anh em họ, chú và dì đến từ khắp nơi trong vùng lần đầu tiên chồng tôi Charles và tôi đến thăm họ hàng của anh ấy, những người sống gần Thung lũng Đền thờ nổi tiếng ở Agrigento, Sicily. Mỗi đơn vị gia đình muốn chúng tôi đến thăm nhà của họ, ăn và qua đêm. Chúng tôi muốn dành thời gian với mọi người, nhưng chúng tôi cũng muốn xem một số di tích lịch sử địa phương mà chúng tôi luôn nghe nói rất nhiều và chỉ có vài ngày. May mắn thay, Angela, em họ của chồng tôi, đã tiếp quản và đảm bảo rằng chúng tôi được chăm sóc chu đáo. Khi tôi nói với anh ấy rằng tôi quan tâm đến ẩm thực địa phương, anh ấy đã chỉ cho tôi cách làm món cà tím ngon tuyệt này.

6 quả cà tím nhỏ (khoảng 1 1/2 pounds)

muối

1 1/4 chén dầu ô liu

1 củ hành tây xắt nhỏ

1 quả cà chua vừa

2 quả trứng đánh tan

1/2 cốc caciocavallo bào, provolone hoặc Parmigiano-Reggiano

1 1/4 chén húng quế tươi xắt nhỏ

2 ounce prosciutto Ý nhập khẩu, thái nhỏ

1/2 chén cộng với 1 muỗng canh vụn bánh mì không hương vị

Muối và hạt tiêu đen mới xay

1. Cắt bỏ phần ngọn của cà tím và cắt đôi theo chiều dọc. Sử dụng một con dao và thìa nhỏ sắc bén, nạo phần thịt của cà tím, để lại lớp vỏ dày khoảng 1/4 inch. Băm nhỏ cùi cà tím.

hai. Cho cà tím xắt nhỏ vào một cái chao. Rắc nhiều muối và để ráo nước trên đĩa trong ít nhất 30 phút. Rắc muối lên vỏ cà tím và đặt mặt cắt xuống đĩa để ráo nước.

3. Rửa sạch muối bằng nước lạnh và thấm khô cà tím bằng khăn giấy. Vắt bã lấy nước.

Bốn. Trong một chảo vừa, đun nóng dầu trên lửa vừa. Thêm hành tây xắt nhỏ và cà tím và nấu, khuấy liên tục, cho đến khi mềm, khoảng 15 phút. Đổ hỗn hợp vào một cái bát.

5. Cắt đôi quả cà chua và vắt bỏ hạt và nước cốt. Cắt nhỏ cà chua và cho vào bát. Thêm trứng, phô mai, húng quế, giăm bông, 1/2 chén vụn bánh mì, muối và hạt tiêu cho vừa ăn. Trộn đều.

6. Đặt một cái giá ở giữa lò. Làm nóng lò ở nhiệt độ 400°F. Phết một lớp mỡ lên khay nướng đủ lớn để chứa vỏ cà tím thành một lớp.

7. Đổ hỗn hợp cà tím vào vỏ, làm tròn bề mặt. Cho chúng vào chảo. Rắc 1 muỗng canh vụn bánh mì. Đổ 1/4 cốc nước xung quanh cà tím. Nướng trong 45 đến 50 phút hoặc cho đến khi vỏ mềm khi đâm. Phục vụ nóng hoặc ở nhiệt độ phòng.

Cà tím nhồi cá cơm, bạch hoa và ô liu

Melanzane Ripien

Mang lại 4 phần ăn

Dường như không có giới hạn nào đối với cách chế biến cà tím của người Sicilia. Món này kết hợp hương vị cổ điển của cá cơm, ô liu và nụ bạch hoa.

2 quả cà tím vừa (khoảng 1 pound mỗi quả)

muối

¼ chén cộng với 1 muỗng canh dầu ô liu

1 tép tỏi lớn, băm nhỏ

2 quả cà chua vừa, bóc vỏ, bỏ hạt và thái hạt lựu

6 miếng phi lê cá cơm

½ chén Gaeta xắt nhỏ hoặc ô liu đen mềm khác

2 muỗng canh nụ bạch hoa, rửa sạch và để ráo nước

1 1/2 muỗng cà phê oregano khô

1/3 chén vụn bánh mì khô

1.Cắt bỏ phần ngọn của cà tím. Cắt cà tím làm đôi theo chiều dọc. Sử dụng một con dao và thìa nhỏ, sắc bén, nạo phần thịt của cà tím, để lại lớp vỏ dày khoảng 1/2 inch. Cắt bột giấy thành miếng lớn và đặt trong một cái chao. Rắc muối thật kỹ rồi bày ra đĩa cho ráo nước. Rắc muối vào bên trong vỏ cà tím và đặt chúng úp xuống một chiếc khăn giấy. Để nó ráo nước trong 30 phút.

hai.Rửa sạch muối bằng nước lạnh và thấm khô cà tím bằng khăn giấy. Vắt bã lấy nước.

3.Đun nóng dầu trong chảo lớn trên lửa vừa và cao cho đến khi một miếng cà tím nhỏ kêu xèo xèo khi cho vào chảo. Thêm bột cà tím và nấu, khuấy thường xuyên, cho đến khi bắt đầu chuyển sang màu nâu, từ 15 đến 20 phút. Thêm tỏi và nấu 1 phút. Thêm cà chua, cá cơm, ô liu, nụ bạch hoa, lá oregano và muối và hạt tiêu cho vừa ăn. Nấu cho đến khi đặc lại, khoảng 5 phút nữa.

Bốn. Đặt một cái giá ở giữa lò. Làm nóng lò ở nhiệt độ 400°F. Phết một lớp mỡ lên khay nướng đủ lớn để chứa vỏ cà tím thành một lớp.

5. Nhồi vỏ với hỗn hợp cà tím. Cho chúng vào chảo. Trộn vụn bánh mì với dầu còn lại và rắc lên vỏ. Nướng trong 45 phút hoặc cho đến khi vỏ mềm khi đâm. Hãy để nó nguội đi một chút. Thưởng thức khi còn nóng hoặc ở nhiệt độ phòng.

Cà tím với giấm và các loại thảo mộc

Melanzane alle Erbe

Mang lại 6 đến 8 phần ăn

Lập kế hoạch để làm điều này ít nhất một giờ trước khi phục vụ. Để yên sẽ giúp giấm có cơ hội mềm ra. Tôi thích phục vụ món này với cá ngừ hoặc cá kiếm áp chảo như một phần của món ăn mùa hè.

2 quả cà tím vừa (khoảng 1 pound mỗi quả), cắt thành miếng 1 inch

muối

1 1/2 chén dầu ô liu

1 1/2 chén giấm rượu vang đỏ

1 1/4 chén đường

2 muỗng canh mùi tây tươi xắt nhỏ

2 muỗng canh bạc hà tươi băm nhỏ

1. Cắt bỏ phần trên và dưới của cà tím. Cắt cà tím thành miếng 1 inch. Cho các miếng vào một cái chao, rắc muối lên từng lớp. Đặt lưới lọc lên đĩa để ráo nước trong ít nhất 30 phút. Loại bỏ muối bằng nước lạnh và lau khô miếng bằng khăn giấy.

hai. Lót một tấm nướng bằng khăn giấy. Đun nóng 1/4 chén dầu trong chảo lớn trên lửa vừa. Thêm một nửa số miếng cà tím và nấu, khuấy thường xuyên, cho đến khi chín vàng, khoảng 15 phút. Sử dụng một cái muỗng có rãnh, chuyển cà tím sang khăn giấy để ráo nước. Thêm dầu còn lại vào chảo và chiên cà tím còn lại theo cách tương tự.

3. Lấy chảo ra khỏi bếp và cẩn thận đổ phần dầu còn lại vào. Cẩn thận lau chảo bằng khăn giấy.

Bốn. Đặt chảo trên lửa vừa và thêm giấm và đường. Khuấy đến khi đường hòa tan. Cho tất cả cà tím trở lại chảo và nấu, khuấy đều, cho đến khi chất lỏng được hấp thụ, khoảng 5 phút.

5. Chuyển cà tím ra đĩa phục vụ và rắc rau mùi tây và bạc hà. Để nguội. Phục vụ ở nhiệt độ phòng.

Cà tím cốt lết chiên

Melanzane Fritte

Mang lại 4 đến 6 phần ăn

Khó khăn duy nhất với những miếng cốt lết này là rất khó để ngừng ăn chúng. Chúng rất ngon khi chúng còn nóng và mới được làm. Phục vụ chúng trong bánh mì hoặc như một món ăn phụ.

1 cà tím vừa (khoảng 1 pound)

muối

2 quả trứng lớn

1/4 cốc Parmigiano-Reggiano mới xay

hạt tiêu vừa mới nghiền

1 1/2 chén bột mì

1 1/2 chén vụn bánh mì khô

dầu thực vật để chiên

1.Cắt bỏ phần trên và dưới của cà tím. Cắt cà tím theo chiều ngang thành những lát dày 1/4 inch. Sắp xếp các lát trong một cái chao, rắc muối lên từng lớp. Đặt lưới lọc lên đĩa để ráo nước trong ít nhất 30 phút. Loại bỏ muối bằng nước lạnh và lau khô các lát bằng khăn giấy.

hai.Đặt bột vào một cái bát nông. Trong một bát cạn khác, đánh trứng, phô mai, muối và hạt tiêu cho vừa ăn. Nhúng các lát cà tím vào bột mì, sau đó là hỗn hợp trứng, sau đó là vụn bánh mì, đánh đều để phủ đều. Để các lát khô trên giá dây trong 15 phút.

3.Lót một tấm nướng bằng khăn giấy. Vặn lò ở mức tối thiểu. Trong một cái chảo lớn, nặng, đun nóng 1/2 inch dầu cho đến khi một giọt nhỏ hỗn hợp trứng kêu xèo xèo khi chạm vào dầu. Thêm đủ số lát cà tím để xếp thành một lớp duy nhất mà không bị chen chúc. Chiên cho đến khi vàng nâu một mặt, khoảng 3 phút, sau đó lật mặt còn lại và chiên thêm khoảng 2 đến 3 phút nữa. Xả các lát cà tím trên khăn giấy. Giữ ấm chúng trong lò thấp trong khi bạn chiên phần còn lại theo cách tương tự. Phục vụ nóng.

Cà tím sốt cà cay

nước sốt melanzano

Mang lại 6 đến 8 phần ăn

Món ăn nhiều lớp này tương tự như Cà tím Parmesan không có Parmigiano. Vì không có phô mai nên nó nhẹ hơn và tươi hơn, lý tưởng cho các bữa ăn mùa hè.

2 quả cà tím vừa (khoảng 1 pound mỗi quả)

muối

Dầu ô liu

2 tép tỏi, băm nhỏ

2 cốc nước ép cà chua

1/2 muỗng cà phê ớt chuông đỏ nghiền

1 1/2 chén lá húng quế tươi xắt nhỏ

1. Cắt bỏ phần trên và dưới của cà tím. Cắt cà tím theo chiều ngang thành những lát dày 1/2 inch. Sắp xếp các lát trong

một cái chao, rắc muối lên từng lớp. Đặt lưới lọc lên đĩa để ráo nước trong ít nhất 30 phút. Loại bỏ muối bằng nước lạnh và lau khô các lát bằng khăn giấy.

hai. Đặt một cái giá ở giữa lò. Làm nóng lò ở 450 ° F. Phết dầu lên hai cốc gelatin lớn. Xếp các lát cà tím thành một lớp. Chải bằng dầu. Nướng cho đến khi có màu nâu nhạt, khoảng 10 phút. Lật các lát bằng thìa kim loại và nướng cho đến khi mặt thứ hai có màu nâu vàng và các lát mềm khi đâm, thêm khoảng 10 phút nữa.

3. Trong một cái chảo vừa, xào tỏi trong 1/4 chén dầu ô liu trên lửa vừa cho đến khi vàng, khoảng 2 phút. Thêm cà chua xay nhuyễn, ớt đỏ và muối cho vừa ăn. Nấu trên lửa nhỏ trong 15 phút hoặc cho đến khi đặc lại. Bỏ tỏi.

Bốn. Trong một cái đĩa cạn, xếp một nửa số cà tím thành một lớp. Phết một nửa nước sốt và húng quế. Lặp lại với các thành phần khác. Phục vụ ở nhiệt độ phòng.

cà tím Parmesan

Melanzane và Parmigiana

Mang lại 6 đến 8 phần ăn

Đây là một trong những món ăn mà tôi không bao giờ chán. Nếu bạn không muốn chiên cà tím, hãy thử chế biến cà tím thành lát nướng hoặc nướng.

21/2 cốc sốt marinara hoặc một loại nước sốt cà chua đơn giản khác

2 quả cà tím vừa (khoảng 1 pound mỗi quả)

muối

Dầu ô liu hoặc dầu thực vật để chiên

8 ounce mozzarella tươi, thái lát

1/2 cốc Parmigiano-Reggiano hoặc Pecorino Romano mới xay

1. Chuẩn bị nước sốt, nếu cần. Sau đó cắt bỏ phần trên và dưới của quả cà tím. Cắt cà tím theo chiều ngang thành những lát dày 1/2 inch. Sắp xếp các lát trong một cái chao, rắc muối

lên từng lớp. Đặt lưới lọc lên đĩa để ráo nước trong ít nhất 30 phút. Loại bỏ muối bằng nước lạnh và lau khô các lát bằng khăn giấy.

hai.Lót một tấm nướng bằng khăn giấy. Đun nóng khoảng 1/2 inch dầu trong chảo lớn trên lửa vừa cho đến khi một miếng cà tím nhỏ kêu xèo xèo khi cho vào chảo. Thêm đủ số lát cà tím để xếp thành một lớp duy nhất mà không bị chen chúc. Chiên cho đến khi vàng nâu một mặt, khoảng 3 phút, sau đó lật mặt còn lại và chiên thêm khoảng 2 đến 3 phút nữa. Xả các lát trên khăn giấy. Nấu các lát cà tím còn lại theo cách tương tự.

3.Đặt một cái giá ở giữa lò. Làm nóng lò ở 350 ° F. Phết một lớp sốt cà chua mỏng vào đĩa nướng 13 × 9 × 2 inch. Tạo một lớp các lát cà tím, hơi chồng lên nhau. Trên cùng là một lớp phô mai mozzarella, một lớp nước sốt khác và rắc phô mai bào. Lặp lại các lớp, hoàn thiện với cà tím, nước sốt và pho mát bào.

Bốn.Nướng trong 45 phút hoặc cho đến khi nước sốt sủi bọt. Hãy nghỉ ngơi 10 phút trước khi phục vụ.

thì là nướng

Finocchio nướng

Mang lại 4 phần ăn

Khi tôi còn nhỏ, chúng tôi không bao giờ ăn thì là luộc. Nó luôn được phục vụ sống, tạo thêm độ giòn sảng khoái cho món salad, hoặc được thái lát sau bữa ăn, đặc biệt là trong các bữa tiệc Giáng sinh lớn. Nhưng nấu ăn sẽ làm giảm bớt một số hương vị và thay đổi kết cấu để nó trở nên mềm và mịn.

2 củ thì là vừa (khoảng 1 pound)

1 1/4 chén dầu ô liu

muối

1. Đặt một cái giá ở giữa lò. Làm nóng lò ở nhiệt độ 425°F. Cắt thân cây thì là xanh thành củ tròn. Loại bỏ vết thâm bằng dao nhỏ hoặc dụng cụ gọt rau củ. Cắt một lớp mỏng ra khỏi đầu gốc. Cắt thì là làm đôi theo chiều dọc. Cắt từng nửa theo chiều dọc thành các lát dày 1/2 inch.

hai. Đổ dầu vào đĩa nướng 13 × 9 × 2 inch. Thêm các lát thì là và chuyển sang phủ dầu. Sắp xếp các lát trong một lớp duy nhất. Rắc muối.

3. Bọc tấm nướng bằng giấy nhôm. Nướng 20 phút. Mở nắp và nướng thêm 15 đến 20 phút nữa hoặc cho đến khi thì là mềm khi đâm bằng dao. Phục vụ nóng hoặc ở nhiệt độ phòng.

Thì là với phô mai Parmesan

Finocchio alla Parmigiano

Mang lại 6 phần ăn

Thì là này được đun sôi trước trong nước để làm cho nó mềm hơn. Sau đó, nó được phủ lên trên với Parmigiano nghiền và nướng. Ăn với thịt bò hoặc thịt lợn nướng.

2 củ thì là nhỏ (khoảng 1 pound)

muối

2 thìa bơ không ướp muối

hạt tiêu vừa mới nghiền

¼ cốc Parmigiano-Reggiano bào

1. Đặt một cái giá ở giữa lò. Làm nóng lò ở nhiệt độ 450 ° F. Bôi mỡ rộng rãi một đĩa nướng 13 × 9 × 2 inch.

hai. Cắt thân cây thì là xanh thành củ tròn. Loại bỏ vết thâm bằng dao nhỏ hoặc dụng cụ gọt rau củ. Cắt một lớp mỏng ra khỏi đầu gốc. Cắt các củ theo chiều dọc qua lõi thành các lát dày 1/4 inch.

3.Trong một nồi lớn, đun sôi 2 lít nước. Thêm thì là và 1 muỗng cà phê muối. Giảm nhiệt và nấu, không đậy nắp, cho đến khi thì là mềm, từ 8 đến 10 phút. Để ráo nước và lau khô.

Bốn.Xếp các lát thì là thành một lớp trên khay nướng. Rắc bơ và rắc muối và hạt tiêu cho vừa ăn. Phủ phô mai. Nướng trong 10 phút hoặc cho đến khi phô mai có màu nâu nhạt. Phục vụ nóng hoặc ở nhiệt độ phòng.

Thì là sốt cá cơm

Finocchio với nước sốt Acciughe

Mang lại 4 phần ăn

Thay vì làm mềm thì là bằng cách đun sôi, trong công thức này, bạn đậy nắp và rang, để cho nó hấp trong nước ép của chính nó. Hương vị vẫn còn nguyên vẹn và thì là hơi giòn nhưng vẫn mềm. Nếu bạn thích thì là mềm hơn, hãy đun sôi nó như trong công thức choThì là với phô mai Parmesan.

Bởi vì thì là được nấu theo cách này rất có hương vị nên tôi thích dùng nó với thịt gà nướng hoặc sườn lợn nướng. Điều này cũng làm cho một món ăn chống sốt ở nhiệt độ phòng tốt.

2 củ thì là vừa (khoảng một pound)

4 miếng phi lê cá cơm, để ráo nước và cắt nhỏ

2 muỗng canh mùi tây tươi xắt nhỏ

2 muỗng canh nụ bạch hoa, rửa sạch và để ráo nước

hạt tiêu vừa mới nghiền

muối (tùy chọn)

1 1/4 chén dầu ô liu

1. Đặt một cái giá ở giữa lò. Làm nóng lò ở nhiệt độ 375 ° F. Bôi trơn đĩa nướng 13 × 9 × 2 inch.

hai. Cắt thân cây thì là xanh thành củ tròn. Loại bỏ vết thâm bằng dao nhỏ hoặc dụng cụ gọt rau củ. Cắt một lớp mỏng ra khỏi đầu gốc. Cắt các củ theo chiều dọc qua lõi thành các lát dày 1/4 inch.

3. Sắp xếp thì là thành một lớp trong chảo, hơi chồng lên các lát. Rắc cá cơm, mùi tây, nụ bạch hoa và hạt tiêu lên trên. Thêm muối nếu bạn thích. Nước với dầu ô liu.

Bốn. Bọc tấm nướng bằng giấy nhôm. Nướng trong 40 phút hoặc cho đến khi thì là mềm. Cẩn thận gỡ giấy bạc ra và nướng thêm 5 phút nữa hoặc cho đến khi thì là mềm khi đâm nhưng không bị nhão. Hãy để nguội một chút trước khi phục vụ.

Đậu xanh với mùi tây và tỏi

Fagiolini al Aglio

Mang lại 4 phần ăn

Mùi tây tươi rất cần thiết trong ẩm thực Ý. Tôi luôn giữ một bó trong tủ lạnh của tôi. Khi từ cửa hàng về nhà, tôi cắt bỏ phần đầu và đặt thân cây vào một bình nước. Được bọc bằng túi ni lông, rau mùi tây sẽ tươi ít nhất một tuần trong tủ lạnh, đặc biệt nếu tôi chú ý thay nước trong bình. Rửa rau mùi tây trước khi sử dụng để loại bỏ cát và nhúm lá khỏi thân cây. Cắt rau mùi tây trên thớt bằng dao lớn của đầu bếp, hoặc nếu bạn thích, chỉ cần cắt nhỏ. Mùi tây tươi xắt nhỏ thêm màu sắc và độ tươi cho nhiều loại thực phẩm.

Như một biến thể, hãy cho những hạt đậu này vào chảo lần cuối cùng với một ít vỏ chanh trước khi ăn.

1 ký đậu xanh

muối

3 thìa dầu ô liu

1 tép tỏi băm nhỏ

2 muỗng canh mùi tây tươi xắt nhỏ

hạt tiêu vừa mới nghiền

1.Cắt bỏ phần cuối của thân đậu xanh. Đun sôi khoảng 2 lít nước trong nồi lớn. Thêm đậu và muối cho vừa ăn. Nấu không đậy nắp cho đến khi đậu mềm, 4 đến 5 phút.

hai.Xả đậu và lau khô. (Nếu bạn chưa sử dụng ngay, hãy để đậu nguội dưới vòi nước lạnh. Bọc đậu trong khăn bếp và để ở nhiệt độ phòng trong tối đa 3 giờ.)

3.Ngay trước khi phục vụ, làm nóng dầu ô liu với tỏi và rau mùi tây trong chảo lớn trên lửa vừa. Thêm đậu và một chút hạt tiêu. Nhẹ nhàng trộn trong 2 phút cho đến khi nóng. Phục vụ nóng.

Đậu xanh với hạt dẻ

Fagiolini al Nocciole

Mang lại 4 phần ăn

Quả óc chó và hạnh nhân cũng tốt với những loại ngũ cốc này, nếu bạn thích.

1 ký đậu xanh

muối

3 thìa bơ không ướp muối

1/3 chén quả phỉ xắt nhỏ

1. Cắt bỏ phần cuối của thân đậu xanh. Đun sôi khoảng 2 lít nước trong nồi lớn. Thêm đậu và muối cho vừa ăn. Nấu không đậy nắp cho đến khi đậu mềm, 4 đến 5 phút.

hai. Xả đậu tốt và vỗ khô. (Nếu bạn chưa sử dụng chúng ngay, hãy để chúng nguội dưới vòi nước lạnh. Bọc đậu trong khăn bếp và để ở nhiệt độ phòng trong tối đa 3 giờ.)

3. Ngay trước khi phục vụ, làm nóng bơ trong chảo lớn. Thêm hạt phỉ và nấu, khuấy liên tục, cho đến khi hạt được nướng nhẹ và bơ có màu nâu nhạt, khoảng 3 phút.

Bốn. Thêm đậu và một chút muối. Nấu, khuấy liên tục, cho đến khi nóng qua, 2 đến 3 phút. Phục vụ ngay lập tức.

Đậu xanh sốt xanh

Fagiolini với sốt pesto

Mang lại 4 phần ăn

Thêm một ít khoai tây mới luộc vào những hạt đậu xanh này nếu bạn thích. Phục vụ chúng với phi lê cá hồi hoặc cá ngừ nướng.

1/4 cốc sốt xanh

1 ký đậu xanh

muối

1. Chuẩn bị nước sốt xanh, nếu cần. Sau đó cắt bỏ phần cuống của đậu xanh. Đun sôi khoảng 2 lít nước trong nồi lớn. Thêm đậu và muối cho vừa ăn. Nấu không đậy nắp cho đến khi đậu mềm, từ 5 đến 6 phút.

hai. Xả đậu tốt và vỗ khô. Trộn với nước sốt. Thưởng thức khi còn nóng hoặc ở nhiệt độ phòng.

Bean Salad xanh

Fagiolini ở Insalata

Mang lại 6 phần ăn

Cá cơm và các loại thảo mộc tươi tạo hương vị cho món salad đậu xanh này. Nếu muốn, thêm một vài lát ớt đỏ rang.

1 1/2 pound đậu xanh

4 miếng phi lê cá cơm

2 tép tỏi thái nhỏ

2 muỗng canh mùi tây tươi xắt nhỏ

1 muỗng canh bạc hà tươi băm nhỏ

1 1/4 chén dầu ô liu

2 muỗng canh giấm rượu vang đỏ

Muối và hạt tiêu đen mới xay

1. Cắt bỏ phần cuối của thân đậu xanh. Đun sôi khoảng 2 lít nước trong nồi lớn. Thêm đậu và muối cho vừa ăn. Nấu không đậy nắp cho đến khi đậu mềm, từ 5 đến 6 phút.

hai. Rửa sạch đậu trong nước lạnh và để ráo nước. Tôi biết điều đó.

3. Trong một bát vừa, kết hợp cá cơm, tỏi, rau mùi tây, bạc hà, muối và hạt tiêu cho vừa ăn. Trộn dầu và giấm.

Bốn. Quăng đậu xanh với nước sốt và phục vụ.

Đậu xanh sốt cà chua húng quế

Fagiolini sốt Pomodoro

Mang lại 6 phần ăn

Những thứ này rất hợp với xúc xích hoặc sườn nướng.

1 1/2 pound đậu xanh

muối

2 thìa bơ không ướp muối

1 củ hành tây nhỏ thái nhỏ

2 chén cà chua tươi bóc vỏ, bỏ hạt và thái hạt lựu

hạt tiêu vừa mới nghiền

6 lá húng quế tươi, cắt thành miếng

1. Cắt bỏ phần cuối của thân đậu xanh. Đun sôi khoảng 2 lít nước trong nồi lớn. Thêm đậu và muối cho vừa ăn. Nấu không đậy nắp cho đến khi đậu mềm, 4 đến 5 phút. Rửa sạch đậu trong nước lạnh và để ráo nước. Tôi biết điều đó.

hai. Trong một cái chảo vừa, làm tan chảy bơ trên lửa vừa. Thêm hành tây và nấu, khuấy thường xuyên, cho đến khi vàng nâu, khoảng 10 phút. Thêm cà chua và muối và hạt tiêu cho vừa ăn. Đun sôi và nấu trong 10 phút.

3. Thêm đậu xanh và húng quế. Nấu cho đến khi nóng qua, khoảng 5 phút nữa.

Đậu xanh thịt xông khói và hành tây

Fagiolini alla Pancetta

Mang lại 6 phần ăn

Đậu xanh ngon hơn và có kết cấu tốt hơn khi nấu cho đến khi mềm. Thời gian nấu chính xác phụ thuộc vào kích thước, độ tươi và độ chín của đậu. Tôi thường thử một hoặc hai lần để chắc chắn. Tôi thích chúng khi chúng không bị gãy nữa nhưng cũng không bị mềm hay nhũn. Công thức này là từ Friuli-Venezia Giulia.

1 ký đậu xanh

muối

1/2 chén pancetta xắt nhỏ (khoảng 2 ounce)

1 củ hành tây băm nhỏ

2 tép tỏi thái nhỏ

2 muỗng canh mùi tây tươi xắt nhỏ

2 lá xô thơm tươi

2 thìa dầu ô liu

1. Cắt bỏ phần cuối của thân đậu xanh. Đun sôi khoảng 2 lít nước trong nồi lớn. Thêm đậu và muối cho vừa ăn. Nấu không đậy nắp cho đến khi đậu mềm, 4 đến 5 phút. Rửa sạch đậu trong nước lạnh và để ráo nước. Tôi biết điều đó. Cắt đậu thành miếng nhỏ.

hai. Trong một chảo lớn, xào pancetta, hành tây, tỏi, rau mùi tây và cây xô thơm trong dầu ô liu trên lửa vừa cho đến khi hành tây vàng, khoảng 10 phút. Thêm đậu xanh và một chút muối. Nấu cho đến khi nóng qua, khoảng 5 phút nữa. Phục vụ nóng.

Đậu xanh sốt cà thịt xông khói

Fagiolini với Sốt Pomodori và Pancetta

Mang lại 4 phần ăn

Những hạt đậu này tạo nên một bữa ăn tuyệt vời với món khoai tây chiên hoặc bánh tortilla.

1 ký đậu xanh

muối

1/4 chén pancetta xắt nhỏ (khoảng 1 ounce)

1 tép tỏi băm nhỏ

2 thìa dầu ô liu

2 quả cà chua chín lớn, bóc vỏ, bỏ hạt và thái nhỏ

2 nhánh hương thảo tươi

hạt tiêu vừa mới nghiền

1. Chuẩn bị đậu như mô tả trong bước 1 củaĐậu xanh thịt xông khói và hành tâycông thức, nhưng không cắt chúng thành miếng.

hai. Trong một cái chảo vừa, xào pancetta và tỏi trong dầu ô liu trên lửa vừa cho đến khi vàng, khoảng 5 phút. Thêm cà chua, hương thảo, muối và hạt tiêu cho vừa ăn. Đun sôi và nấu trong 10 phút.

3. Thêm đậu vào nước sốt và nấu cho đến khi nóng qua, khoảng 5 phút. Loại bỏ hương thảo. Phục vụ nóng.

Đậu xanh với Parmesan

Fagiolini Parmigiana

Mang lại 4 phần ăn

Hương vị vỏ chanh, nhục đậu khấu và pho mát cho những hạt đậu xanh này. Sử dụng nguyên liệu tươi để có kết quả tốt nhất.

1 pound đậu xanh, xắt nhỏ

2 thìa bơ

1 củ hành tây băm nhỏ

1/2 muỗng cà phê vỏ chanh tươi

Một nhúm hạt nhục đậu khấu mới xay

Muối và hạt tiêu đen mới xay

1/4 cốc Parmigiano-Reggiano mới xay

1. Cắt bỏ phần cuối của thân đậu xanh. Đun sôi khoảng 2 lít nước trong nồi lớn. Thêm đậu và muối cho vừa ăn. Nấu

không đậy nắp cho đến khi đậu mềm, 4 đến 5 phút. Rửa sạch đậu trong nước lạnh và để ráo nước. Tôi biết điều đó.

hai. Trong một chảo vừa, làm tan chảy bơ trên lửa vừa. Thêm hành tây và nấu cho đến khi vàng, khoảng 10 phút. Thêm đậu, vỏ chanh, nhục đậu khấu và muối và hạt tiêu cho vừa ăn. Rắc phô mai và loại bỏ nhiệt. Để phô mai tan chảy một chút và dùng nóng.

Đậu sáp với ô liu

Fagiolini Giallo với ô liu

Mang lại 4 phần ăn

Ô liu đen sáng và salsa verde mang lại màu sắc rực rỡ tương phản với đậu sáp vàng nhạt; Đậu xanh cũng được chế biến theo cách này rất ngon. Để phục vụ những loại đậu này ở nhiệt độ phòng, hãy thay dầu ô liu bằng bơ, loại bơ này sẽ cứng lại khi nguội.

1 pound sáp vàng hoặc đậu xanh

muối

3 thìa bơ không ướp muối

1 củ hành tây băm nhỏ

1 tép tỏi băm nhỏ

1 1/2 chén ô liu đen mềm, chẳng hạn như Gaeta, độ sức và thái nhỏ

2 muỗng canh mùi tây tươi xắt nhỏ

1. Cắt bỏ phần cuối của thân đậu xanh. Đun sôi khoảng 2 lít nước trong nồi lớn. Thêm đậu và muối cho vừa ăn. Nấu không đậy nắp cho đến khi đậu mềm, 4 đến 5 phút. Rửa sạch đậu trong nước lạnh và để ráo nước. Tôi biết điều đó. Cắt đậu thành miếng 1 inch.

hai. Trong một cái chảo đủ lớn để chứa tất cả đậu, làm tan chảy bơ trên lửa vừa. Thêm hành tây và tỏi và nấu cho đến khi mềm và vàng, khoảng 10 phút.

3. Khuấy đậu, ô liu và rau mùi tây cho đến khi đun nóng, khoảng 2 phút. Phục vụ nóng.

rau mồng tơi với chanh

rau muống chanh

Mang lại 4 phần ăn

Một giọt dầu ô liu và một vài giọt nước cốt chanh tươi làm tăng hương vị của rau bina nấu chín hoặc các loại rau lá xanh khác.

2 pound rau bina tươi, không có thân cứng

1 1/4 cốc nước

muối

dầu ôliu siêu nguyên chất

chanh lát

1. Rửa kỹ rau bina với nhiều lần thay nước lạnh. Cho cải bó xôi, nước và một chút muối vào nồi lớn. Đậy nắp chảo và vặn lửa vừa. Nấu trong 5 phút hoặc cho đến khi rau bina mềm và mềm. Xả rau bina và vắt hết nước thừa.

hai. Trong một cái bát, trộn rau bina với dầu ô liu để nếm thử.

3. Ăn ấm hoặc ở nhiệt độ phòng, trang trí bằng chanh.

Rau bina hoặc các loại rau khác với bơ và tỏi

Rau cho Lừa

Mang lại 6 phần ăn

Vị dịu nhẹ của bơ và tỏi đặc biệt phù hợp với vị đắng nhẹ của rau xanh như rau bina hoặc củ cải Thụy Sĩ.

2 pound rau bina, không có thân cứng

1 1/4 cốc nước

muối

2 thìa bơ không ướp muối

1 tép tỏi băm nhỏ

hạt tiêu vừa mới nghiền

1. Rửa kỹ rau bina với nhiều lần thay nước lạnh. Cho cải bó xôi, nước và một chút muối vào nồi lớn. Đậy nắp chảo và vặn lửa vừa. Nấu trong 5 phút hoặc cho đến khi rau bina mềm và mềm. Xả rau bina và vắt hết nước thừa.

hai. Trong một chảo vừa, làm tan chảy bơ trên lửa vừa. Thêm tỏi và nấu cho đến khi vàng, khoảng 2 phút.

3. Thêm rau bina, muối và hạt tiêu cho vừa ăn. Nấu, thỉnh thoảng khuấy, cho đến khi nóng qua, khoảng 2 phút. Phục vụ nóng.

Rau bina với nho khô và hạt thông

Rau bina với nho và pinoli

Mang lại 4 phần ăn

Nho khô và hạt thông được sử dụng để tạo hương vị cho nhiều món ăn ở miền nam nước Ý và khắp Địa Trung Hải. Củ cải Thụy Sĩ hoặc rau củ cải đường cũng có thể được chuẩn bị theo cách này.

2 pound rau bina tươi, không có thân cứng

1 1/4 cốc nước

muối

2 thìa bơ không ướp muối

hạt tiêu vừa mới nghiền

2 thìa nho khô

2 muỗng canh hạt thông nướng

1. Rửa kỹ rau bina với nhiều lần thay nước lạnh. Cho cải bó xôi, nước và một chút muối vào nồi lớn. Đậy nắp chảo và vặn lửa vừa. Nấu trong 5 phút hoặc cho đến khi rau bina mềm và mềm. Xả rau bina và vắt hết nước thừa.

hai. Làm sạch nồi. Đun chảy bơ trong chảo, sau đó thêm rau bina và nho khô. Khuấy một hoặc hai lần và nấu trong 5 phút cho đến khi nho khô mềm. Rắc hạt thông và phục vụ ngay lập tức.

Cải bó xôi với cá cơm, kiểu Piemonte

Spinaci alla Piemontesa

Mang lại 6 phần ăn

Ở Piedmont, món rau bina thơm ngon này thường được phục vụ trên những lát bánh mì chiên bơ, nhưng bản thân nó cũng rất ngon. Một biến thể khác là phủ rau bina với trứng chiên hoặc luộc.

2 pound rau bina tươi, không có thân cứng

1 1/4 cốc nước

muối

1 1/4 chén bơ không ướp muối

4 miếng phi lê cá cơm

1 tép tỏi băm nhỏ

1. Rửa kỹ rau bina với nhiều lần thay nước lạnh. Cho cải bó xôi, nước và một chút muối vào nồi lớn. Đậy nắp chảo và

vặn lửa vừa. Nấu trong 5 phút hoặc cho đến khi rau bina mềm và mềm. Xả rau bina và vắt hết nước thừa.

hai. Làm sạch nồi. Đun chảy bơ trong chảo. Thêm cá cơm và tỏi vào nấu, khuấy đều cho đến khi cá cơm tan hết, khoảng 2 phút. Thêm rau bina và nấu, khuấy liên tục, cho đến khi nóng qua, 2 đến 3 phút. Phục vụ nóng.

dai sức với tỏi

Scarola al'aglio

Mang lại 4 phần ăn

Endive là một thành viên của gia đình rau diếp xoăn lớn và đa dạng, bao gồm rau diếp xoăn, rau diếp xoăn, bồ công anh và radicchio. Endive rất phổ biến trong ẩm thực Neapolitan. Phần đầu nhỏ của rau diếp cá được nhồi và rang, phần lá mềm bên trong được ăn sống trong món salad, và rau diếp cá cũng được nấu trong súp. Thay đổi món ăn này bằng cách bỏ ớt chuông đỏ và thêm 1/4 cốc nho khô.

1 đầu cuối cùng (khoảng 1 pound)

3 thìa dầu ô liu

3 tép tỏi, thái lát mỏng

nhúm ớt đỏ nghiền (tùy chọn)

muối

1.Cắt bỏ phần cuống và loại bỏ những chiếc lá bị dập. Cắt bỏ các đầu thân cây. Tách lá và rửa kỹ bằng nước lạnh, đặc biệt là ở giữa lá nơi tích tụ bụi bẩn. Xếp lá và cắt thành từng miếng nhỏ.

hai. Trong một cái nồi lớn, nấu tỏi và ớt chuông đỏ, nếu dùng, trong dầu ô liu trên lửa vừa cho đến khi tỏi có màu vàng nâu, khoảng 2 phút. Thêm escarole và muối cho vừa ăn. Lắc kỹ. Đậy nắp chảo và nấu cho đến khi mềm, khoảng 12 đến 15 phút. Phục vụ nóng.

bồ công anh với khoai tây

Bồ công anh với khoai tây

Mang lại 4 phần ăn

Lá bồ công anh có thể được thay thế bằng cải xoăn hoặc củ cải Thụy Sĩ; bạn cần một loại rau đủ chắc để nấu cùng lúc với khoai tây. Một ít giấm rượu làm dậy hương vị của những loại rau củ và khoai tây có vị tỏi này.

1 bó lá bồ công anh (khoảng 1 pound)

6 củ khoai tây nhỏ, gọt vỏ và cắt thành hình tròn

muối

3 tép tỏi băm nhỏ

3 thìa dầu ô liu

1 muỗng canh giấm rượu trắng

1. Cắt tỉa bồ công anh và loại bỏ những chiếc lá bị dập. Cắt bỏ các đầu thân cây. Tách lá và rửa kỹ bằng nước lạnh, đặc biệt

là ở giữa lá nơi tích tụ bụi bẩn. Cắt ngang lá thành từng miếng nhỏ.

hai. Đun sôi khoảng 4 lít nước. Thêm các lát khoai tây, bồ công anh và muối cho vừa ăn. Đun sôi nước trở lại và nấu cho đến khi rau mềm, khoảng 10 phút. Cũng khô.

3. Trong một chảo lớn, xào tỏi trong dầu ô liu cho đến khi vàng, khoảng 2 phút. Thêm rau, giấm và một chút muối. Nấu, khuấy đều, cho đến khi nóng qua, khoảng 2 phút. Phục vụ nóng.

Nấm với tỏi và mùi tây

nấm trifolit

Mang lại 4 phần ăn

Đây có lẽ là cách chế biến nấm phổ biến nhất ở Ý. Hãy thử thêm một số loại nấm kỳ lạ để có thêm hương vị.

1 gói (10 đến 12 ounce) nấm trắng

1 1/4 chén dầu ô liu

2 muỗng canh mùi tây tươi xắt nhỏ

2 tép tỏi lớn, thái lát mỏng

Muối và hạt tiêu đen mới xay

1. Đặt nấm vào một cái chao và nhanh chóng rửa sạch dưới vòi nước lạnh. Xả nấm và khô. Cắt nấm làm đôi hoặc làm tư nếu nấm lớn. Cắt các đầu nếu chúng trông khô.

hai. Trong một cái chảo lớn, đun nóng dầu trên lửa vừa. Thêm nấm. Nấu, khuấy thường xuyên, cho đến khi nấm có màu nâu, 8 đến 10 phút. Thêm mùi tây, tỏi, muối và hạt tiêu. Nấu cho đến khi tỏi có màu vàng nâu, khoảng 2 phút nữa. Phục vụ nóng.

Nấm kiểu Genoa

nấm alle erbe

Mang lại 6 phần ăn

Các sườn núi xung quanh Genoa có rất nhiều nấm và thảo mộc hoang dã, vì vậy các đầu bếp ở đó sử dụng chúng theo nhiều cách khác nhau. Nấm porcini thường được sử dụng cho món ăn này, mặc dù bất kỳ loại nấm trồng lớn nào cũng có thể được thay thế. Vì porcini thường không có sẵn ở Mỹ nên tôi thay thế bằng nấm portobello có nhiều thịt và có hương vị. Đôi khi tôi phục vụ chúng như món chính trong bữa ăn không thịt.

6 nấm portobello lớn

4 thìa dầu ô liu

Muối và hạt tiêu đen mới xay

2 tép tỏi thái nhỏ

3 muỗng canh rau mùi tây phẳng tươi thái nhỏ

1 muỗng cà phê hương thảo tươi băm nhỏ

1 1/2 muỗng cà phê kinh giới khô

1.Đặt một cái giá ở giữa lò. Làm nóng lò ở nhiệt độ 425°F. Bôi mỡ vào đĩa nướng đủ lớn để có thể xếp các mũ nấm thành một lớp.

hai. Lau nấm bằng khăn giấy ẩm. Loại bỏ thân cây nấm và cắt bỏ phần cuối nơi đất tích tụ. Cắt thân cây thành lát mỏng. Cho các cọng nấm vào tô và trộn với 2 muỗng canh dầu.

3.Đặt các mũ nấm mở úp vào chảo. Rắc muối và hạt tiêu.

Bốn. Trong một bát nhỏ, kết hợp tỏi, rau mùi tây, hương thảo, kinh giới, muối và hạt tiêu cho vừa ăn. Trộn với 2 muỗng canh dầu còn lại. Đặt một nhúm hỗn hợp thảo mộc lên mỗi mũ nấm. Đầu với que.

5.Nướng 15 phút. Kiểm tra nấm xem chảo có quá khô không. Thêm một chút nước ấm nếu cần. Nướng thêm 15 phút nữa hoặc cho đến khi mềm. Phục vụ nóng hoặc ở nhiệt độ phòng.

nấm nướng

nấm trong lò

Mang lại 4 đến 6 phần ăn

Vào mùa xuân và mùa thu, khi chúng có nhiều nhất, nấm porcini được rang trong dầu ô liu cho đến khi có màu nâu nhạt xung quanh các cạnh nhưng mềm và nhiều thịt ở bên trong. Porcini rất hiếm và đắt tiền ở Hoa Kỳ, nhưng bạn có thể áp dụng phương pháp điều trị tương tự cho các loại nấm dày, thịt khác, chẳng hạn như cremini, portobello hoặc nấm trắng, với kết quả tốt. Tuy nhiên, đừng đổ quá nhiều chảo vì một số loại nấm tiết ra quá nhiều nước và nấm sẽ bốc hơi thay vì chuyển sang màu nâu.

1 pound nấm, chẳng hạn như nấm trắng, cremini hoặc portobello

4 tép tỏi lớn, thái lát mỏng

1 1/4 chén dầu ô liu nguyên chất

Muối và hạt tiêu đen mới xay

1. Đặt một cái giá ở giữa lò. Làm nóng lò ở 400 ° F. Lau nấm bằng khăn giấy ẩm. Loại bỏ thân cây nấm và cắt bỏ phần cuối nơi đất tích tụ. Cắt nấm thành phần tư hoặc phần tám nếu chúng lớn. Trong một đĩa nướng đủ lớn để chứa các thành phần trong một lớp duy nhất, trộn nấm, tỏi và dầu với muối và hạt tiêu cho vừa ăn. Trải đều chúng trên tấm nướng.

hai. Nướng trong 30 phút, đảo một hoặc hai lần cho đến khi nấm mềm và có màu vàng nâu. Phục vụ nóng.

kem nấm

nấm alla panna

Mang lại 4 phần ăn

Những loại nấm kem này thật tuyệt vời khi dùng làm món ăn kèm với bít tết, hoặc làm món khai vị, được phục vụ trên những lát bánh mì nướng mỏng.

1 gói (10 đến 12 ounce) nấm trắng

2 thìa bơ không ướp muối

1 1/4 chén hẹ thái nhỏ

Muối và hạt tiêu đen mới xay

1 1/2 chén kem chua

1. Lau nấm bằng khăn giấy ẩm. Loại bỏ thân cây nấm và cắt bỏ phần cuối nơi đất tích tụ. Cắt nấm thành lát dày.

hai. Trong một cái chảo lớn, làm tan chảy bơ trên lửa vừa. Thêm hành tây và nấu cho đến khi mềm, khoảng 3 phút. Thêm nấm và muối và hạt tiêu cho vừa ăn. Nấu, khuấy thường xuyên, cho đến khi nấm có màu nâu nhạt, khoảng 10 phút.

3. Thêm kem và nấu trên lửa nhỏ. Nấu cho đến khi kem đặc lại, khoảng 2 phút. Phục vụ nóng hoặc ấm.

nấm nhồi kem

Nấm al Gratin

Mang lại 4 phần ăn

Tôi thích phục vụ chúng như một món ăn kèm với bít tết nướng đơn giản hoặc thịt bò nướng, nhưng những loại nấm nhỏ hơn được chế biến theo cách này sẽ rất phù hợp để làm món khai vị.

12 nấm lớn màu trắng hoặc cremini

4 thìa bơ không ướp muối

1 1/4 chén hẹ hoặc hành tây xắt nhỏ

1 muỗng cà phê húng tây tươi xắt nhỏ hoặc một nhúm húng tây khô

Muối và hạt tiêu đen mới xay

1 1/4 chén kem tươi hoặc kem chua

2 muỗng canh vụn bánh mì khô

1. Lau nấm bằng khăn giấy ẩm. Loại bỏ thân cây nấm và cắt bỏ phần cuối nơi đất tích tụ. Cắt cuống.

hai. Trong một cái chảo vừa, làm tan chảy 2 thìa bơ. Thêm thân nấm, hẹ tây và húng tây. Nêm muối và hạt tiêu cho vừa ăn. Nấu, khuấy thường xuyên cho đến khi thân nấm có màu nâu nhạt, khoảng 10 phút.

3. Thêm kem và nấu cho đến khi đặc lại, khoảng 2 phút. Loại bỏ khỏi lửa.

Bốn. Đặt một cái giá ở giữa lò. Làm nóng lò ở nhiệt độ 375°F. Bơ phết một khay nướng đủ lớn để giữ các mũ nấm thành một lớp.

5. Đổ hỗn hợp kem vào ngọn. Đặt nắp trên tấm nướng đã chuẩn bị. Rắc vụn bánh mì. Rưới 2 thìa bơ còn lại.

6. Nướng nấm trong 15 phút hoặc cho đến khi các mảnh vụn có màu nâu và phần ngọn mềm. Phục vụ nóng.

Nấm với cà chua và rau thơm

Nấm cho Pomodoro

Mang lại 4 phần ăn

Những loại nấm này được nấu với tỏi, cà chua và hương thảo. Thìa chúng trên sườn heo hoặc bít tết.

1 kg nấm trắng

1 1/4 chén dầu ô liu

1 tép tỏi băm nhỏ

1 muỗng cà phê hương thảo tươi băm nhỏ

1 quả cà chua lớn, bóc vỏ, bỏ hạt và thái nhỏ

Muối và hạt tiêu đen mới xay

2 muỗng canh mùi tây tươi xắt nhỏ

1. Lau nấm bằng khăn giấy ẩm. Loại bỏ thân cây nấm và cắt bỏ phần cuối nơi đất tích tụ. Cắt nấm làm đôi hoặc làm tư. Trong một cái chảo lớn, đun nóng dầu trên lửa vừa. Thêm nấm, tỏi và hương thảo. Nấu, khuấy thường xuyên, cho đến khi nấm có màu nâu, khoảng 10 phút.

hai. Thêm cà chua và muối và hạt tiêu cho vừa ăn. Nấu cho đến khi nước trái cây bay hơi, khoảng 5 phút nữa. Thêm mùi tây và phục vụ ngay lập tức.

Nấm ở Marsala

Nấm al Marsala

Mang lại 4 phần ăn

Nấm và Marsala được tạo ra cho nhau. Phục vụ chúng với thịt gà hoặc thịt bò.

1 gói (10 đến 12 ounce) nấm trắng

1 1/4 chén bơ không ướp muối

1 thìa dầu ô liu

1 củ hành tây xắt nhỏ

Muối và hạt tiêu đen mới xay

2 muỗng canh Marsala khô

2 muỗng canh mùi tây tươi xắt nhỏ

1. Lau nấm bằng khăn giấy ẩm. Loại bỏ thân cây nấm và cắt bỏ phần cuối nơi đất tích tụ. Cắt nấm làm đôi hoặc làm tư nếu nấm lớn. Trong một cái chảo lớn, làm tan chảy bơ với dầu

trên lửa vừa. Thêm hành tây và nấu cho đến khi mềm, 5 phút.

hai. Thêm nấm, muối và hạt tiêu cho vừa ăn và Marsala. Nấu, khuấy thường xuyên, cho đến khi hầu hết chất lỏng bay hơi và nấm có màu nâu nhạt, khoảng 10 phút. Thêm rau mùi tây và loại bỏ nhiệt. Phục vụ nóng.

nấm nướng

Nấm alla Griglia

Mang lại 4 phần ăn

Các loại nấm lớn như portobello, shiitake và nhất là nấm porcini nướng rất tuyệt. Kết cấu và hương vị của nó là thịt và ngon ngọt được tăng cường bởi hương vị khói của món nướng. Thân cây nấm hương quá gỗ để ăn. Vứt bỏ chúng và chỉ nấu phần ngọn.

4 loại nấm tươi lớn như shiitake, portobello hoặc porcini

3 đến 4 muỗng canh dầu ô liu

2 đến 3 tép tỏi lớn

2 muỗng canh mùi tây tươi xắt nhỏ

Muối và hạt tiêu đen mới xay

1. Đặt giá nướng hoặc vỉ nướng cách nguồn nhiệt khoảng 5 inch. Nướng sơ bộ hoặc vỉ nướng.

hai. Lau nấm bằng khăn giấy ẩm. Loại bỏ thân cây nấm và cắt bỏ phần cuối nơi đất tích tụ. Cắt thân nấm porcini hoặc nấm portobello thành lát dày. Bỏ phần cuống nấm đông cô. Chải nấm với dầu ô liu. Đặt ngọn và thân lên vỉ nướng với các đỉnh tròn quay về phía nguồn nhiệt. Nướng cho đến khi có màu nâu nhạt, khoảng 5 phút.

3.Trong một cái bát nhỏ, kết hợp 2 muỗng canh dầu, tỏi, rau mùi tây, muối và hạt tiêu cho vừa ăn. Lật miếng nấm lại và phết chúng bằng hỗn hợp dầu.

Bốn.Nấu cho đến khi nấm mềm, thêm 2 đến 3 phút nữa. Phục vụ nóng.

nấm khô

nấm chiên

Mang lại 6 phần ăn

Một lớp vỏ bánh mì giòn bao phủ những cây nấm này. Chúng tốt như đồ ăn nhẹ.

1 chén vụn bánh mì khô

1/4 cốc Parmigiano-Reggiano mới xay

2 quả trứng lớn, bị đánh đập

Muối và hạt tiêu đen mới xay

1 kg nấm trắng tươi

dầu thực vật để chiên

chanh lát

1. Trên một tờ giấy da, trộn vụn bánh mì với phô mai và phết hỗn hợp lên một tờ giấy da.

hai. Trong một cái bát nhỏ, đánh trứng với muối và hạt tiêu cho vừa ăn.

3. Nhanh chóng rửa nấm trong nước lạnh. Làm khô chúng. Cắt chúng làm đôi hoặc làm tư nếu chúng lớn. Nhúng nấm vào hỗn hợp trứng và cuộn chúng trong vụn bánh mì, bao phủ chúng hoàn toàn. Để lớp phủ khô trong khoảng 10 phút.

Bốn. Lót một tấm nướng bằng khăn giấy. Trong một chảo rộng, sâu lòng, đun nóng dầu cho đến khi một giọt trứng nhỏ kêu xèo xèo và nấu nhanh. Cho nấm vào chảo sao cho chúng vừa khít với nhau thành một lớp mà không bị chen chúc. Chiên nấm cho đến khi giòn và vàng, khoảng 4 phút. Chuyển sang khăn giấy để ráo nước. Chiên các loại nấm còn lại theo cách tương tự.

5. Phục vụ nấm nóng với lát chanh.

Gratin nấm

Tiella di Funghi

Mang lại 4 phần ăn

Nấm lớn màu trắng có thể được sử dụng trong món thịt hầm Apulian nhiều lớp này, hoặc thay thế một loại thịt khác như nấm hương, portobello hoặc cremini. Đây là nhiệt độ phòng hoặc ấm áp.

1 pound portabello, cremini hoặc nấm trắng lớn, thái lát dày

1/2 chén vụn bánh mì khô

1 1/2 chén Pecorino Romano mới xay

2 muỗng canh mùi tây tươi xắt nhỏ

4 thìa dầu ô liu

Muối và hạt tiêu đen mới xay

2 củ hành vừa, thái lát mỏng

2 quả cà chua vừa, bóc vỏ, bỏ hạt và thái hạt lựu

1. Lau nấm bằng khăn giấy ẩm. Loại bỏ thân cây nấm và cắt bỏ phần cuối nơi đất tích tụ. Cắt nấm dày ít nhất 1/4 inch. Đặt một cái giá ở giữa lò. Làm nóng lò ở nhiệt độ 350 ° F. Bôi trơn đĩa nướng 13 × 9 × 2 inch.

hai. Trong một bát vừa, kết hợp vụn bánh mì, phô mai và rau mùi tây. Thêm 2 muỗng canh dầu ô liu và muối và hạt tiêu cho vừa ăn.

3. Đặt một nửa số nấm vào đĩa nướng, hơi chồng lên các lát. Đặt một nửa số hành tây và cà chua lên trên nấm. Rắc muối và hạt tiêu. Rắc một nửa hỗn hợp vụn. Lặp lại với các thành phần khác. Mưa phùn với 2 muỗng canh dầu ô liu còn lại.

Bốn. Nướng trong 45 phút hoặc cho đến khi nấm mềm khi dùng dao đâm xuyên qua. Phục vụ nóng.

Nấm Sò Xúc Xích

Funghi al Salsiccie

Mang lại 4 phần ăn

Bạn tôi, Phil Cicconi, có những kỷ niệm đẹp về cha anh ấy, Guido, người đến từ Ascoli Piceno ở Marches. Anh định cư ở Tây Philly, nơi có nhiều người dân địa phương sinh sống, và dạy Phil cách tìm nấm dại và bông cải xanh trên cánh đồng gần nhà. Bây giờ Phil tiếp tục truyền thống đó với ba cô con gái của mình. Nấm sò, mọc trên một số cây phong, đặc biệt phổ biến. Mẹ của Phil, Anna Maria, đến từ Abruzzo, đã sơ chế nấm theo cách này. Họ dùng nó để ăn kèm với bánh mì Ý giòn.

Nấm sò trồng có thể được sử dụng trong công thức này hoặc thay thế cho nấm trắng thái lát.

1 pound nấm sò

2 thìa dầu ô liu

2 tép tỏi thái nhỏ

2 củ hẹ, thái nhỏ

8 ounce Xúc xích thịt lợn Ý ngọt, loại bỏ lớp bọc

muối

một nhúm ớt đỏ nghiền

1 chén cà chua tươi bóc vỏ, bỏ hạt và thái hạt lựu

1. Lau nấm bằng khăn giấy ẩm. Cắt nấm thành dải mỏng dọc theo mang.

hai. Đổ dầu ô liu vào chảo lớn. Thêm tỏi và hẹ và nấu cho đến khi mềm, khoảng 2 phút. Thêm xúc xích và nấu, khuấy liên tục, cho đến khi có màu nâu.

3. Thêm nấm, muối cho vừa ăn và ớt đỏ nghiền nát và khuấy đều. Thêm cà chua và 1/4 cốc nước. Đun nhỏ lửa.

Bốn. Hạ nhiệt và đậy nắp chảo. Nấu, thỉnh thoảng khuấy, trong 30 phút hoặc cho đến khi xúc xích mềm và nước sốt đặc lại. Phục vụ nóng.

bánh ngọt bánh mặn

Pasta Frolla Salata

Làm vỏ bánh từ 9 đến 10 inch

Có thể làm một loại bánh mặn giống như bánh quiche với pho mát, trứng và rau. Những loại bánh ngọt này ngon ở nhiệt độ phòng hoặc ấm, và có thể được phục vụ như một món piatto (bữa ăn một món) hoặc như một món khai vị. Bột này là tốt cho tất cả các loại bánh nướng mặn.

Tôi trải bột này giữa hai tấm nhựa. Nó giúp bột không bị dính vào thớt và trục cán, mà không cần cho thêm bột vì có thể làm bột bị dai. Để đảm bảo vỏ bánh giòn ở đáy, hãy nướng một phần vỏ trước khi thêm nhân.

1½ chén bột mì đa dụng

1 muỗng cà phê muối

1½ cốc (1 thanh) bơ không ướp muối, ở nhiệt độ phòng

1 lòng đỏ trứng gà

3 đến 4 muỗng canh nước đá

1.Chuẩn bị bột: Trộn đều bột mì và muối trong một tô lớn. Sử dụng máy trộn điện hoặc nĩa, cắt bơ cho đến khi hỗn hợp giống như vụn thô.

hai.Đánh tan lòng đỏ trứng với 2 thìa nước. Rắc hỗn hợp lên trên bột. Trộn nhẹ tay cho đến khi bột ẩm đều và quyện vào nhau mà không bị dính tay. Thêm nước còn lại nếu cần thiết.

3.Tạo thành một đĩa với bột. Bọc trong nhựa. Làm lạnh 30 phút hoặc qua đêm.

Bốn.Nếu bột được để trong tủ lạnh qua đêm, hãy để bột ở nhiệt độ phòng trong 20 đến 30 phút trước khi cán mỏng. Đặt bột vào giữa hai tấm màng bọc thực phẩm và cuộn thành hình tròn 12 inch, lật bột lại và sắp xếp lại màng bọc thực phẩm mỗi lần. Tháo tấm bọc nhựa trên cùng. Sử dụng tấm còn lại để nhấc bột lên, cho bột vào giữa, mặt nhựa hướng lên trên, trong khuôn bánh tart 9 đến 10 inch có đế có thể tháo rời. Tháo màng nhựa. Nhẹ nhàng ấn bột vào đế và các mặt.

5. Luồn cán bột qua khuôn và cắt phần bột thừa. Ấn bột vào thành chảo để tạo mép cao hơn mép chảo. Làm lạnh vỏ bột trong tủ lạnh trong 30 phút.

6. Đặt giá đỡ lò ở một phần ba dưới cùng của lò. Làm nóng lò ở nhiệt độ 450°F. Dùng nĩa chọc vào đáy vỏ bánh cách nhau 1 inch. Nướng trong 5 phút và sau đó xuyên qua bột một lần nữa. Nướng cho đến khi hoàn thành, thêm 10 phút nữa. Lấy vỏ ra khỏi lò. Để nguội trên giá dây trong 10 phút.

Bánh rau bina và bánh ricotta

Crostata di Spinaci

Mang lại 8 phần ăn

Tôi đã ăn một chiếc bánh như thế này ở Ferrara, một trong những nhà hàng được yêu thích nhất ở Rome. Một thứ gì đó tương tự như bánh quiche, nó được làm bằng ricotta để tạo thêm vị kem. Đó là lý tưởng cho bữa trưa hoặc bữa nửa buổi, ăn kèm với salad và rượu vang pinot grigio ướp lạnh.

1 công thứcbánh ngọt bánh mặn

đổ đầy

1 pound rau bina, xắt nhỏ và rửa sạch

1 1/4 cốc nước

1 1/2 cốc ricotta nguyên chất hoặc một phần tách béo

1 1/2 chén kem chua

3/4 cốc Parmigiano-Reggiano mới xay

2 quả trứng lớn, bị đánh đập

¼ muỗng cà phê hạt nhục đậu khấu tươi

Muối và hạt tiêu đen mới xay

1. Chuẩn bị và nướng một phần lớp vỏ. Giảm nhiệt độ lò xuống 375°F.

hai. Trong khi chờ đợi, chuẩn bị nhồi. Đặt rau bina vào nồi lớn trên lửa vừa với nước. Đậy nắp và nấu trong 2 đến 3 phút hoặc cho đến khi mềm và mềm. Xả và làm mát. Bọc rau bina trong một miếng vải không có xơ và vắt càng nhiều nước càng tốt. Xắt nhỏ rau bina.

3. Trong một bát lớn, kết hợp rau bina, ricotta, kem, phô mai, trứng, hạt nhục đậu khấu và muối và hạt tiêu cho vừa ăn. Cạo hỗn hợp vào vỏ bánh đã chuẩn bị.

Bốn. Nướng trong 35 đến 40 phút hoặc cho đến khi phần nhân đông lại và có màu nâu nhạt.

5. Làm nguội bánh trong hộp thiếc trong 10 phút. Loại bỏ các cạnh bên ngoài và đặt chiếc bánh lên đĩa phục vụ. Thưởng thức khi còn nóng hoặc ở nhiệt độ phòng.

bánh tỏi tây

Crostat di porri

Mang lại 6 đến 8 phần ăn

Tôi đã ăn chiếc bánh này tại một quán rượu enoteca ở Bologna. Hương vị hấp dẫn của Parmigiano và kem làm tăng hương vị ngọt ngào của tỏi tây. Nó cũng có thể được làm với nấm xào hoặc ớt chuông thay vì tỏi tây.

1 công thức bánh ngọt bánh mặn

đổ đầy

4 tỏi tây vừa, khoảng 1 1/4 pounds

3 thìa bơ không ướp muối

muối

2 quả trứng lớn

3 1/4 chén kem chua

1/3 cốc Parmigiano-Reggiano mới xay

Hạt nhục đậu khấu tươi

hạt tiêu vừa mới nghiền

1.Chuẩn bị và nướng một phần lớp vỏ. Giảm nhiệt độ lò xuống 375°F.

hai.Chuẩn bị nhân: Cắt bỏ rễ và hầu hết các ngọn xanh của tỏi tây. Cắt chúng làm đôi theo chiều dọc và rửa thật kỹ giữa mỗi lớp dưới vòi nước lạnh. Cắt tỏi tây thành những lát mỏng theo chiều ngang.

3.Trong một cái chảo lớn, làm tan chảy bơ trên lửa vừa. Thêm tỏi tây và một chút muối. Nấu, khuấy thường xuyên, cho đến khi tỏi tây mềm khi dùng dao đâm vào, khoảng 20 phút. Lấy chảo ra khỏi bếp và để nguội.

Bốn.Trong một bát vừa, đánh trứng, kem, phô mai và một nhúm nhục đậu khấu. Thêm tỏi tây và hạt tiêu cho vừa ăn.

5.Đổ hỗn hợp vào vỏ bánh nướng một phần. Nướng trong 35 đến 40 phút hoặc cho đến khi nhân cứng lại. Thưởng thức khi còn nóng hoặc ở nhiệt độ phòng.

Sandwich Mozzarella, Húng Quế và Hạt Tiêu Nướng

panini mozzarella

Mang lại 2 phần ăn

Đôi khi tôi làm món bánh mì này bằng cách thay rau arugula bằng húng quế và giăm bông bằng ớt chuông đỏ.

4 ounce phô mai mozzarella tươi, cắt thành 8 miếng

4 lát bánh mì đồng quê

4 lá húng quế tươi

¼ chén ớt chuông đỏ hoặc vàng rang, cắt thành dải mỏng

1. Cắt lát mozzarella cho vừa với bánh mì. Nếu mozzarella mọng nước, hãy làm khô nó. Đặt một nửa phô mai thành một lớp trên hai lát bánh mì.

hai. Xếp lá húng quế và ớt lên trên pho mát và phủ phần phomai mozzarella còn lại lên trên. Đặt phần bánh mì còn lại lên trên và dùng tay ấn chặt xuống.

3. Làm nóng trước máy làm bánh sandwich hoặc vỉ nướng. Đặt bánh mì vào máy ép và nấu cho đến khi nướng, khoảng 4 đến 5 phút. Nếu sử dụng khay nướng, hãy đặt vật nặng chẳng hạn như chảo lên trên. Lật bánh mì khi đã chín vàng một mặt, phủ một lớp bột và nướng bánh mì ở mặt còn lại. Phục vụ nóng.

www.ingramcontent.com/pod-product-compliance
Lightning Source LLC
Chambersburg PA
CBHW070415120526
44590CB00014B/1401